SỮA CHUA HY LẠP MR. NGUYEN

Hành trình qua sữa chua Hy Lạp. Từ bữa sáng đến món tráng miệng, giải phóng điều kỳ diệu từ kem và dinh dưỡng

Xuân Ngọc

MỤC LỤC

GIỚI THIỆU

Chào mừng đến với thế giới đầy mê hoặc của sữa chua Hy Lạp! Trong cuốn sách nấu ăn này, chúng tôi mời bạn tham gia vào một cuộc phiêu lưu ẩm thực nhằm tôn vinh tính linh hoạt và tốt cho sức khỏe của món sữa yêu thích này. Từ bát ăn sáng đến bữa ăn mặn, từ món tráng miệng thơm ngon đến đồ uống giải khát, sữa chua Hy Lạp là một nguyên liệu linh hoạt giúp tăng thêm hương vị béo ngậy và bổ dưỡng cho bất kỳ món ăn nào.

Sữa chua Hy Lạp, với kết cấu béo và mịn, đã trở thành món ăn không thể thiếu trong các nhà bếp trên toàn cầu. Được biết đến với hương vị thơm ngon và lợi ích của men vi sinh, sữa chua Hy Lạp mang đến vô số cơ hội để tạo ra những kiệt tác ẩm thực lành mạnh và hấp dẫn. Trong cuốn sách nấu ăn này, chúng tôi mời bạn tham gia cùng chúng tôi vào cuộc hành trình trong đó sữa chua Hy Lạp chiếm vị trí trung tâm, truyền cảm hứng cho bạn tận dụng tiềm năng kem của nó trong mỗi bữa ăn trong ngày. Trong những trang này, bạn sẽ khám phá ra một kho tàng các công thức nấu ăn ngon lành thể hiện tính linh hoạt của sữa chua Hy Lạp. Từ sinh tố và parfait chứa nhiều protein cho đến nước sốt và nước chấm thơm ngon, từ súp và nước xốt dễ chịu cho đến món tráng miệng hấp dẫn và món đông lạnh, chúng tôi đã tuyển chọn một bộ sưu tập sẽ đáp ứng mọi vị giác và sở thích ăn kiêng. Cho dù bạn là một cá nhân có ý thức về sức khỏe,

Nhưng cuốn sách nấu ăn này không chỉ là tập hợp các công thức nấu ăn. Chúng tôi cũng đi sâu vào thế giới sữa chua Hy Lạp, chia sẻ lịch sử, lợi ích sức khỏe cũng như mẹo chọn và sử dụng nguyên liệu thú vị này. Chúng tôi sẽ hướng dẫn bạn các loại sữa chua Hy Lạp khác nhau và hướng dẫn bạn cách tự làm tại nhà, cho phép bạn thực sự tùy chỉnh trải nghiệm sữa chua của mình. Với những lời khuyên và lựa chọn thay thế hữu ích của chúng tôi, bạn sẽ có thể điều chỉnh công thức nấu ăn cho phù hợp với nhu cầu và sở thích ăn kiêng của mình.

Vì vậy, cho dù bạn đang muốn bắt đầu ngày mới với bữa sáng giàu protein, chuẩn bị bữa trưa hoặc bữa tối lành mạnh hay thưởng thức một món tráng miệng không gây cảm giác tội lỗi,. Hãy sẵn sàng bắt tay vào một cuộc phiêu lưu đầy hương vị và khám phá vô số cách mà sữa chua Hy Lạp có thể nâng cao khả năng sáng tạo ẩm thực của bạn.

BỮA ĂN SÁNG

1.Sữa chua Hy Lạp Berry Bliss Parfait

THÀNH PHẦN:

- 1 cốc hỗn hợp quả mọng
- 1 cốc sữa chua Hy Lạp
- ½ cốc ngũ cốc
- 2 thìa mật ong

HƯỚNG DẪN:

a) Trong ly hoặc lọ, xếp một nửa số quả đã trộn ở dưới đáy.

b) Múc một nửa sữa chua Hy Lạp lên trên quả mọng.

c) Rắc một nửa granola lên sữa chua.

d) Rưới một thìa mật ong.

e) Lặp lại các lớp với các loại quả mọng, sữa chua, granola và mật ong còn lại.

f) Dùng ngay hoặc để lạnh để thưởng thức sau.

2.Bữa sáng Mocha Parfait

THÀNH PHẦN:

- 1 cốc sữa chua Hy Lạp
- 1 thìa bột cacao
- 1 thìa cà phê hạt hòa tan
- 1 muỗng canh mật ong hoặc chất ngọt tùy chọn
- Granola và quả mọng tươi để xếp lớp

HƯỚNG DẪN:

a) Trong một cái bát, trộn sữa chua Hy Lạp, bột ca cao, hạt cà phê hòa tan và mật ong.

b) Khuấy đều cho đến khi hỗn hợp mịn và các nguyên liệu hòa quyện hoàn toàn.

c) Trong lọ thủy tinh, xếp hỗn hợp sữa chua mocha với granola và quả mọng tươi vào.

d) Lặp lại các lớp cho đến khi bạn đổ đầy ly hoặc lọ.

e) Phủ thêm một ít sữa chua mocha lên trên và trang trí bằng quả mọng.

f) Phục vụ bữa sáng mocha parfait ngay lập tức hoặc để trong tủ lạnh cho đến khi thưởng thức.

3.Sữa chua Hy Lạp Limoncello Parfait

THÀNH PHẦN:
- 1 cốc sữa chua Hy Lạp
- 1 thìa mật ong
- 1 muỗng canh rượu mùi Limoncello
- ½ cốc ngũ cốc
- Quả mọng tươi để phủ lên trên

HƯỚNG DẪN:

a) Trong một bát nhỏ, trộn sữa chua Hy Lạp, mật ong và Limoncello cho đến khi hòa quyện.

b) Trong ly hoặc bát phục vụ, hãy trộn hỗn hợp sữa chua với granola và quả mọng tươi.

c) Lặp lại các lớp cho đến khi bạn đạt đến đỉnh.

d) Kết thúc bằng việc rắc granola và một ít quả mọng lên trên.

e) Phục vụ ngay lập tức như một lựa chọn bữa sáng hoặc bữa sáng nhẹ nhàng và sảng khoái.

4.Sữa chua Hy Lạp tổ ong Parfait

THÀNH PHẦN:
- 1 cốc sữa chua Hy Lạp
- 2 thìa mật ong
- ¼ cốc kẹo tổ ong nghiền nát
- ¼ cốc ngũ cốc
- Quả mọng tươi để trang trí (tùy chọn)

HƯỚNG DẪN:

a)   Trong một cái bát, trộn sữa chua Hy Lạp và mật ong cho đến khi hòa quyện.

b)   Xếp sữa chua mật ong, kẹo tổ ong nghiền nát và granola vào ly hoặc lọ.

c)   Lặp lại các lớp cho đến khi tất cả các thành phần được sử dụng.

d)   Phủ thêm quả mọng tươi nếu muốn.

e)   Phục vụ parfait sữa chua tổ ong ngay lập tức hoặc để trong tủ lạnh cho đến khi thưởng thức.

5.Sữa chua Hy Lạp Prosecco Parfait

THÀNH PHẦN:

- 1 cốc sữa chua Hy Lạp
- 2 thìa mật ong
- ½ muỗng cà phê chiết xuất vani
- 1 cốc ngũ cốc
- 1 cốc hỗn hợp quả mọng tươi
- ¼ cốc rượu Prosecco

HƯỚNG DẪN:

a) Trong một bát nhỏ, trộn sữa chua Hy Lạp, mật ong và chiết xuất vani cho đến khi mịn.

b) Khi phục vụ ly hoặc bát, hãy xếp hỗn hợp sữa chua Hy Lạp, granola, quả mọng tươi và một chút rượu Prosecco.

c) Lặp lại các lớp cho đến khi hết nguyên liệu, kết thúc bằng một ít sữa chua Hy Lạp và rắc granola lên trên.

d) Phục vụ ngay lập tức như một món parfait sữa chua tẩm Prosecco thú vị.

6.Parfait ngũ cốc tổ ong

THÀNH PHẦN:
- 1 cốc ngũ cốc tổ ong
- 1 cốc sữa chua Hy Lạp
- 1 cốc hỗn hợp quả mọng tươi
- Mật ong để làm mưa phùn

HƯỚNG DẪN:

a) Trong ly hoặc lọ, xếp lớp ngũ cốc tổ ong, sữa chua Hy Lạp và hỗn hợp quả mọng tươi.

b) Rưới mật ong lên từng lớp.

c) Lặp lại các lớp cho đến khi sử dụng hết nguyên liệu.

d) Rưới thêm một ít mật ong và một ít miếng ngũ cốc tổ ong lên trên.

e) Hãy phục vụ và thưởng thức món parfait ngũ cốc tổ ong giòn và ngọt này.

7.Sữa chua Hy Lạp Biscoff Parfait

THÀNH PHẦN:
- 1 cốc sữa chua Hy Lạp
- 2 muỗng canh Biscoff phết
- 1 muỗng canh mật ong hoặc xi-rô cây phong
- ½ cốc ngũ cốc
- Quả mọng tươi (dâu tây, quả việt quất, quả mâm xôi)
- Bánh quy vụn Biscoff (để trang trí)

HƯỚNG DẪN:

a) Trong một cái bát, trộn sữa chua Hy Lạp, bơ Biscoff và mật ong hoặc xi-rô cây thích cho đến khi hòa quyện.

b) Khi phục vụ ly hoặc lọ, hãy xếp hỗn hợp sữa chua Biscoff, granola và quả mọng tươi vào.

c) Lặp lại các lớp cho đến khi đầy ly/lọ.

d) Rắc thêm vụn bánh quy Biscoff lên trên để tăng thêm hương vị và độ giòn.

e) Phục vụ món parfait ướp lạnh cho bữa sáng Biscoff và thưởng thức sự kết hợp giữa kem, trái cây và giòn.

8.Yến mạch qua đêm kẹo tổ ong

THÀNH PHẦN:
- ½ chén yến mạch cán
- ½ cốc sữa (sữa hoặc thực vật)
- ½ cốc sữa chua Hy Lạp
- 1 thìa mật ong
- ¼ cốc kẹo tổ ong, nghiền nát
- Trái cây tươi để làm topping

HƯỚNG DẪN:
a) Trong lọ hoặc hộp đựng, trộn yến mạch cán, sữa, sữa chua Hy Lạp và mật ong.
b) Khuấy đều để kết hợp.
c) Rắc kẹo tổ ong nghiền nát lên trên hỗn hợp.
d) Đậy bình hoặc hộp đựng và để lạnh qua đêm.
e) Vào buổi sáng, khuấy đều yến mạch.
f) Phủ trái cây tươi và thêm kẹo tổ ong nghiền lên trên.
g) Thưởng thức món yến mạch qua đêm kẹo tổ ong dễ dàng và ngon miệng này.

9.Parfait sữa chua Hy Lạp bánh ngô

THÀNH PHẦN:

- 1 cốc sữa chua Hy Lạp
- 1 cốc quả mọng tươi (chẳng hạn như dâu tây, quả việt quất hoặc quả mâm xôi)
- ½ chén bánh ngô nghiền
- Mật ong hoặc xi-rô cây phong, để làm mưa phùn

HƯỚNG DẪN:

a) Trong một ly hoặc bát, xếp lớp sữa chua Hy Lạp, quả mọng tươi và bánh ngô nghiền nát.

b) Lặp lại các lớp cho đến khi tất cả các thành phần được sử dụng.

c) Mưa phùn với mật ong hoặc xi-rô cây phong.

d) Phục vụ ngay và thưởng thức!

10.Parfait ăn sáng Ferrero Rocher

THÀNH PHẦN:
- 1 cốc sữa chua Hy Lạp
- ½ cốc ngũ cốc
- 4 viên sôcôla Ferrero Rocher, cắt nhỏ
- Hạt phỉ cắt nhỏ để trang trí

HƯỚNG DẪN:

a) Trong ly hoặc lọ, xếp lớp sữa chua Hy Lạp, granola và sôcôla Ferrero Rocher cắt nhỏ.

b) Lặp lại các lớp cho đến khi bạn đạt đến đỉnh của kính.

c) Kết thúc với một ít sữa chua Hy Lạp và rắc hạt phỉ cắt nhỏ.

d) Phục vụ món parfait ngay lập tức hoặc để trong tủ lạnh cho đến khi thưởng thức.

11.Parfait sữa chua ngâm hoa dâm bụt

THÀNH PHẦN:

- 1 cốc sữa chua Hy Lạp hoặc sữa chua làm từ thực vật
- 2 muỗng canh xi-rô hoa dâm bụt hoặc trà hoa dâm bụt cô đặc
- Quả mọng tươi (chẳng hạn như dâu tây, quả việt quất hoặc quả mâm xôi)
- Granola hoặc các loại hạt để phủ lên trên

HƯỚNG DẪN:

a) Trong một cái bát, trộn sữa chua Hy Lạp và xi-rô dâm bụt hoặc trà cô đặc cho đến khi hòa quyện.

b) Xếp sữa chua ngâm hoa dâm bụt, quả mọng tươi và granola hoặc các loại hạt vào lọ thủy tinh.

c) Lặp lại các lớp cho đến khi tất cả các thành phần được sử dụng.

d) Đổ thêm quả mọng tươi lên trên món parfait và rắc một ít granola hoặc các loại hạt.

e) Hãy phục vụ món parfait sữa chua ngâm hoa dâm bụt ngay lập tức và thưởng thức bữa sáng thú vị và bổ dưỡng.

12.Lọ Mason chia Parfait

THÀNH PHẦN:

- 1 ¼ cốc sữa 2%
- 1 cốc sữa chua Hy Lạp nguyên chất 2%
- ½ cốc hạt chia
- 2 thìa mật ong
- 2 thìa đường
- 1 muỗng canh vỏ cam
- 2 muỗng cà phê chiết xuất vani
- ¾ cốc cam cắt múi
- ¾ cốc quýt cắt múi
- ½ chén bưởi cắt múi

HƯỚNG DẪN:

a) Trong một tô lớn, trộn sữa, sữa chua Hy Lạp, hạt chia, mật ong, đường, vỏ cam, vani và muối cho đến khi hòa quyện.

b) Chia đều hỗn hợp vào bốn lọ thủy tinh (16 ounce). Làm lạnh qua đêm, hoặc tối đa 5 ngày.

c) Dùng lạnh, phủ cam, quýt và bưởi.

13.Parfait Sữa Chua Bưởi

THÀNH PHẦN:
- 1 quả bưởi, cắt múi
- 1 cốc sữa chua Hy Lạp nguyên chất
- 2 thìa mật ong
- ¼ cốc ngũ cốc

HƯỚNG DẪN:
a) Trong một bát nhỏ, trộn sữa chua và mật ong.
b) Trong ly hoặc bát, xếp từng lát bưởi, hỗn hợp sữa chua và granola vào.
c) Lặp lại các lớp cho đến khi sử dụng hết nguyên liệu.
d) Phục vụ ngay lập tức.

14.Bữa sáng Parfait Kahlua

THÀNH PHẦN:

- 1 cốc sữa chua Hy Lạp
- 2 thìa mật ong
- 2 muỗng canh Kahlua
- ½ cốc ngũ cốc
- Quả mọng tươi (ví dụ dâu tây, quả việt quất, quả mâm xôi)
- Các loại hạt cắt nhỏ (tùy chọn)

HƯỚNG DẪN:

a) Trong một bát nhỏ, trộn đều sữa chua Hy Lạp, mật ong và Kahlua.

b) Trong một ly hoặc bát, xếp lớp sữa chua Kahlua, granola và quả mọng tươi vào, rồi lặp lại.

c) Rắc thêm các loại hạt cắt nhỏ lên trên nếu muốn.

d) Thưởng thức bữa sáng parfait Kahlua như một món ăn buổi sáng bổ dưỡng và đầy hương vị.

15.Tôm hùm và xoài Parfait

THÀNH PHẦN:

- 2 đuôi tôm hùm nấu chín và thái hạt lựu
- 2 quả xoài chín, gọt vỏ và thái hạt lựu
- 1 cốc sữa chua Hy Lạp
- 1 thìa mật ong
- ¼ cốc bánh quy graham nghiền nát
- Lá bạc hà tươi để trang trí

HƯỚNG DẪN:

a) Trong một bát nhỏ, trộn sữa chua Hy Lạp và mật ong cho đến khi hòa quyện.

b) Trong ly hoặc bát phục vụ, xếp xoài thái hạt lựu, thịt tôm hùm thái hạt lựu và hỗn hợp sữa chua mật ong.

c) Lặp lại các lớp cho đến khi đầy kính.

d) Rắc bánh quy giòn graham nghiền lên trên mỗi món parfait.

e) Trang trí bằng lá bạc hà tươi.

f) Làm lạnh ít nhất 1 giờ trước khi dùng để cho các hương vị hòa quyện với nhau.

g) Phục vụ ướp lạnh và thưởng thức sự kết hợp sảng khoái giữa tôm hùm và xoài trong món parfait thú vị này.

16.Bữa sáng Parfait bạc hà và đào

THÀNH PHẦN:
- ½ chén yến mạch cán
- ½ cốc sữa hạnh nhân vani không đường
- ½ cốc sữa chua Hy Lạp nguyên chất
- 1 quả đào, thái hạt lựu
- 1 thìa mật ong
- 1 muỗng canh lá bạc hà tươi xắt nhỏ
- 1 muỗng canh các loại hạt cắt nhỏ (chẳng hạn như hạnh nhân hoặc hồ đào)

HƯỚNG DẪN:

a) Trong một cái bát, trộn yến mạch cán và sữa hạnh nhân.

b) Khuấy. Đậy bát và để lạnh qua đêm.

c) Vào buổi sáng, xếp hỗn hợp yến mạch, sữa chua Hy Lạp, đào thái hạt lựu, mật ong, lá bạc hà và các loại hạt cắt nhỏ vào ly hoặc lọ parfait.

d) Lặp lại các lớp cho đến khi sử dụng hết nguyên liệu.

e) Phục vụ ngay lập tức hoặc đậy nắp và làm lạnh để dùng sau.

f) Thưởng thức!

17.Parfait Sữa Chua Chanh Dây

THÀNH PHẦN:
- 2 cốc sữa chua Hy Lạp nguyên chất
- ½ cốc bột chanh dây
- ¼ cốc mật ong
- 1 cốc ngũ cốc

HƯỚNG DẪN:
a) Trong một tô trộn, trộn sữa chua Hy Lạp, bột chanh dây và mật ong.
b) Xếp hỗn hợp sữa chua và granola vào ly hoặc lọ.
c) Phủ thêm bột chanh dây và granola lên trên.
d) Phục vụ ngay lập tức.

18.Bữa sáng Parfait Piña Colada

THÀNH PHẦN:

- 1/2 cốc sữa chua Hy Lạp
- 1/2 chén dứa thái hạt lựu
- 1/4 chén dừa vụn
- 2 thìa mật ong
- 2 thìa nước ép dứa
- Granola để phủ lên trên

HƯỚNG DẪN:

a) Trong một cái bát, trộn sữa chua Hy Lạp, dứa thái hạt lựu, dừa vụn, mật ong và nước ép dứa.

b) Múc hỗn hợp vào ly phục vụ, xen kẽ với các lớp granola.

c) Phủ thêm dứa thái hạt lựu và dừa vụn lên trên.

19.Cây bạch dương rừng đen

THÀNH PHẦN:

- 2 quả lê nhỏ, nạo
- 10 thìa canh (60g) yến mạch cán
- 1 thìa bột cacao hoặc bột cacao
- 200g sữa chua Hy Lạp, cộng thêm 4 thìa canh
- 5 thìa sữa
- 1 muỗng canh xi-rô phong hoặc mật ong, cộng thêm để phục vụ (tùy chọn)
- 200g quả anh đào, cắt đôi và bỏ hạt
- 2 ô sô cô la đen

HƯỚNG DẪN:

a) Kết hợp lê, yến mạch, cacao, sữa chua, sữa và xi-rô cây phong vào một cái bát. Chia thành bốn bát (hoặc hộp đựng nếu bạn mang đi làm).

b) Trên mỗi khẩu phần có thể thêm một ít quả anh đào, 1 thìa sữa chua và thêm một chút xi-rô cây phong nếu bạn thích. Nghiền mịn sô cô la trên Bircher, phủ một lớp bụi nhẹ lên mỗi phần ăn.

c) Ăn ngay hoặc để lạnh trong tủ lạnh tối đa 2 ngày.

20.Parfait đào và sữa chua nướng

THÀNH PHẦN:
- 4 quả đào, cắt đôi và bỏ hạt
- 2 cốc sữa chua Hy Lạp
- ¼ cốc mật ong
- ½ cốc granola
- Lá bạc hà tươi để trang trí

HƯỚNG DẪN:
a) Làm nóng lò nướng ở mức lửa vừa.

b) Nướng nửa quả đào trong 2-3 phút mỗi mặt cho đến khi mềm và xuất hiện vết nướng.

c) Trong một bát nhỏ, trộn đều sữa chua Hy Lạp và mật ong.

d) Để làm món parfait, hãy múc một lớp sữa chua vào ly, tiếp theo là một lớp granola và một nửa quả đào nướng.

e) Lặp lại các lớp cho đến khi kính đầy.

f) Phủ một ít sữa chua, granola và lá bạc hà tươi lên trên.

21.món parfait Pavlova

THÀNH PHẦN:
- 1 cốc sữa chua Hy Lạp
- ½ chén quả mọng hỗn hợp
- ¼ cốc ngũ cốc
- 1 vỏ Pavlova nhỏ, vỡ vụn

HƯỚNG DẪN:

a) Trong ly hoặc bát parfait, xếp lớp sữa chua Hy Lạp, các loại quả mọng hỗn hợp và granola.

b) Rắc vỏ Pavlova mini vụn lên trên parfait.

c) Lặp lại các lớp cho đến khi đầy ly hoặc bát.

d) Phục vụ ngay lập tức.

22.Sữa chua PB&J Parfait

THÀNH PHẦN:

- 1 cốc sữa chua Hy Lạp nguyên chất
- 2 muỗng canh bơ đậu phộng
- 2 muỗng canh thạch hoặc mứt
- ½ cốc ngũ cốc
- Lớp trên bề mặt: quả mọng tươi, rắc, chuối cắt lát, v.v.

HƯỚNG DẪN:

a) Trộn sữa chua, bơ đậu phộng và thạch hoặc mứt cho đến khi hòa quyện.

b) Xếp hỗn hợp sữa chua và granola vào ly hoặc lọ phục vụ.

c) Thêm lớp phủ mong muốn lên trên.

d) Phục vụ và thưởng thức!

THÀNH PHẦN:
BÁNH PUDD PEAR CHIA:
- ¼ cốc lê xay nhuyễn
- ⅓ cốc sữa hạnh nhân hoặc vani không đường
- 3 thìa hạt chia
- Pudding bơ lê:
- 1 quả bơ chín
- 1-2 muỗng cà phê mật ong hoặc mật hoa dừa, tùy theo độ ngọt ưa thích
- 2 thìa lê xay nhuyễn

CÁC LỚP VÀ TRANG TRÍ CÒN LẠI:
- ½ cốc granola yêu thích của bạn
- ½ cốc sữa chua Hy Lạp vani
- ¼ chén lê tươi xắt nhỏ
- 2 muỗng canh quả hồ trăn cắt nhỏ
- 2 thìa cà phê mật ong hoặc mật hoa dừa

HƯỚNG DẪN:

a) Bắt đầu bằng cách chuẩn bị Pudding Pear Chia bằng cách cho tất cả nguyên liệu vào tô, trộn cho đến khi hòa quyện, sau đó để trong tủ lạnh khoảng 15-20 phút cho đặc lại.

b) Tiếp theo, chuẩn bị Pudding lê bơ bằng cách cho tất cả nguyên liệu vào máy xay thực phẩm nhỏ hoặc máy xay sinh tố và xay cho đến khi hỗn hợp mịn. Kiểm tra hương vị và thêm nhiều mật ong/mật hoa dừa nếu bạn thích bánh pudding bơ có vị ngọt hơn.

c) Khi bánh pudding chia đã đặc lại, hãy khuấy thêm một lần nữa và bạn đã sẵn sàng xếp tất cả các nguyên liệu vào.

d) Sử dụng hai lọ 8 ounce, chia granola, sữa chua, bánh pudding chia và bánh pudding bơ, xếp chúng theo bất kỳ cách sắp xếp nào bạn thích giữa hai lọ.

e) Kết thúc bằng cách phủ lên mỗi lọ 2 thìa lê tươi cắt nhỏ và 1 thìa quả hồ trăn cắt nhỏ, sau đó rưới lên mỗi lọ 1 thìa cà phê mật ong hoặc mật hoa dừa.

24.Parfait đậu biếc và hạt chia

THÀNH PHẦN:
- 2 thìa hoa đậu biếc
- 1-1/2 cốc sữa hạnh nhân, ở 200°F
- 1 muỗng canh mật ong hoặc cây thùa
- 4 thìa hạt chia

PHỤC VỤ:
- 1 cốc sữa chua Hy Lạp
- Một nắm quả mọng

HƯỚNG DẪN:

a) Thêm sữa hạnh nhân nóng vào Hoa Đậu Bướm và ngâm trong 3-5 phút, sau đó lọc lấy Hoa Đậu Bướm.

b) Trong hộp có nắp, thêm chất làm ngọt và hạt chia.

c) Khuấy đều và để lạnh qua đêm.

PHỤC VỤ:

d) Trong một cốc hoặc bát nhỏ, cho sữa chua Hy Lạp vào và hai loại bánh pudding chia khác nhau để tạo thành các lớp parfait.

e) Trang trí với quả mọng và thêm mật ong tùy thích. Phục vụ lạnh.

BÁNH XÈO

25.Bánh pancake sinh nhật bất ngờ

THÀNH PHẦN:
- 1 chén bột đánh vần
- 2 muỗng canh hỗn hợp bánh pudding vani không đường
- ½ muỗng cà phê bột nở
- ½ muỗng cà phê baking soda
- ¾ cốc sữa chua Hy Lạp nguyên chất
- ½ cốc + 2 thìa sữa ít béo 2%
- 1 trứng lớn
- 2 muỗng canh si-rô phong
- ¼ cốc rắc cầu vồng và thêm nhiều hơn để phủ lên trên (tùy chọn)

HƯỚNG DẪN:

a) Cho bột mì, bánh pudding, bột nở và baking soda vào tô và đánh đều.

b) Trong một bát khác, đánh sữa chua, sữa, trứng và xirô phong với nhau cho đến khi hòa quyện hoàn toàn.

c) Thêm nguyên liệu ướt vào nguyên liệu khô và đánh đều cho đến khi kết hợp hoàn toàn.

d) Để bột nghỉ khoảng 2 đến 3 phút. Điều này cho phép tất cả các thành phần kết hợp với nhau và làm cho bột có độ đặc tốt hơn.

e) Sau khi bột nghỉ thì cho rắc thêm vào.

f) Xịt một lớp dầu thực vật lên chảo chống dính hoặc vỉ nướng rồi đun trên lửa vừa.

g) Khi chảo đã nóng, dùng cốc đong ¼ cốc cho bột vào và đổ bột vào chảo để làm bánh pancake. Dùng cốc đong để tạo hình cho bánh pancake.

h) Nấu cho đến khi các mặt se lại và hình thành bong bóng ở giữa (khoảng 2 đến 3 phút), sau đó lật bánh.

i) Sau khi bánh đã chín ở mặt đó, hãy lấy bánh ra khỏi bếp và đặt bánh lên đĩa.

j) Tiếp tục các bước này với phần bột còn lại.

THÀNH PHẦN:
- 1 cốc quinoa nấu chín (bất kỳ màu nào)
- ¾ chén bột quinoa
- 2 thìa cà phê bột nở
- ½ muỗng cà phê muối
- 1 muỗng canh bơ tan chảy
- ¼ cốc sữa chua Hy Lạp
- 2 muỗng canh sữa ít béo 2%
- 2 quả trứng lớn, đánh bông
- 2 muỗng canh si-rô phong
- 1 muỗng cà phê chiết xuất vani
- Bảo quản trái cây, để phục vụ (tùy chọn)

HƯỚNG DẪN:

a)   Trong một tô lớn, thêm quinoa, bột mì, bột nở và muối vào với nhau rồi đánh đều để trộn đều.

b)   Trong một bát khác, đánh bơ, sữa chua, sữa, trứng, xi-rô cây phong và vani. Đánh đều mọi thứ lại với nhau để nó được kết hợp tốt.

c)   Thêm nguyên liệu ướt vào nguyên liệu khô và đánh đều cho đến khi kết hợp hoàn toàn.

d)   Để bột nghỉ khoảng 2 đến 3 phút. Điều này cho phép tất cả các thành phần kết hợp với nhau và làm cho bột có độ đặc tốt hơn.

e)   Xịt một lớp dầu thực vật lên chảo chống dính hoặc vỉ nướng rồi đun trên lửa vừa.

f)   Khi chảo đã nóng, dùng cốc đong ¼ cốc cho bột vào và đổ bột vào chảo để làm bánh pancake. Dùng cốc đong để tạo hình cho bánh pancake.

g)   Nấu cho đến khi các mặt se lại và hình thành bong bóng ở giữa (khoảng 2 đến 3 phút), sau đó lật bánh.

h)   Sau khi bánh đã chín ở mặt đó, hãy lấy bánh ra khỏi bếp và đặt bánh lên đĩa.

i)   Tiếp tục các bước này với phần bột còn lại. Ăn kèm trái cây bảo quản nếu muốn.

27.Bánh pancake yến mạch sữa chua Hy Lạp

THÀNH PHẦN:

- 1¾ chén yến mạch cán kiểu cũ
- 1½ muỗng cà phê bột nở
- 1 muỗng cà phê baking soda
- ½ muỗng cà phê quế
- ¼ thìa cà phê muối
- 1 trứng lớn
- 2 muỗng canh dầu dừa, tan chảy
- 1 muỗng canh xi-rô phong, và nhiều hơn nữa để phục vụ
- 1 muỗng cà phê chiết xuất vani
- 1 cốc sữa chua Hy Lạp nguyên chất
- ¼ cốc sữa ít béo 2%

HƯỚNG DẪN:

a) Thêm tất cả các thành phần vào máy xay. Dầu dừa tan chảy có thể cứng lại khi kết hợp với các nguyên liệu lạnh hơn, vì vậy bạn có thể làm ấm sữa một chút để tránh điều này xảy ra nếu muốn.

b) Nghiền mọi thứ trong máy xay cho đến khi bạn có được chất lỏng mịn.

c) Đổ hỗn hợp bánh pancake vào tô lớn.

d) Để bột nghỉ khoảng 5 đến 10 phút. Điều này cho phép tất cả các thành phần kết hợp với nhau và làm cho bột có độ đặc tốt hơn.

e) Xịt một lớp dầu thực vật lên chảo chống dính hoặc vỉ nướng rồi đun trên lửa vừa.

f) Khi chảo đã nóng, dùng cốc đong ¼ cốc cho bột vào và đổ bột vào chảo để làm bánh pancake. Dùng cốc đong để tạo hình cho bánh pancake.

g) Nấu cho đến khi các mặt se lại và hình thành bong bóng ở giữa (khoảng 2 phút), sau đó lật bánh.

h) Sau khi bánh đã chín ở mặt đó, hãy lấy bánh ra khỏi bếp và đặt bánh lên đĩa.

i) Tiếp tục các bước này với phần bột còn lại. Ăn kèm với xi-rô cây phong.

28.Bánh kếp hạnh nhân vani

THÀNH PHẦN:

- 1 chén bột đánh vần
- 2 muỗng canh hỗn hợp bánh pudding vani không đường
- ½ muỗng cà phê bột nở
- ½ muỗng cà phê baking soda
- ¾ cốc sữa chua Hy Lạp nguyên chất
- ½ cốc + 2 thìa sữa ít béo 2%
- 1 trứng lớn
- 2 muỗng canh si-rô phong
- ¼ cốc hạnh nhân thái lát

HƯỚNG DẪN:

a) Cho bột mì, hỗn hợp bánh pudding, bột nở và baking soda vào tô và đánh đều.

b) Trong một bát khác, đánh sữa chua, sữa, trứng và xirô phong với nhau cho đến khi hòa quyện hoàn toàn.

c) Thêm nguyên liệu ướt vào nguyên liệu khô và đánh đều cho đến khi kết hợp hoàn toàn.

d) Khuấy hạnh nhân lần cuối.

e) Để bột nghỉ khoảng 2 đến 3 phút. Điều này cho phép tất cả các thành phần kết hợp với nhau và làm cho bột có độ đặc tốt hơn.

f) Xịt một lớp dầu thực vật lên chảo chống dính hoặc vỉ nướng rồi đun trên lửa vừa.

g) Khi chảo đã nóng, dùng cốc đong ¼ cốc cho bột vào và đổ bột vào chảo để làm bánh pancake. Dùng cốc đong để tạo hình cho bánh pancake.

h) Nấu cho đến khi các mặt se lại và hình thành bong bóng ở giữa (khoảng 2 đến 3 phút), sau đó lật bánh.

i) Sau khi bánh đã chín ở mặt đó, hãy lấy bánh ra khỏi bếp và đặt bánh lên đĩa.

j) Tiếp tục các bước này với phần bột còn lại.

THÀNH PHẦN:

- 1 chén bột đánh vần
- ¼ chén bơ đậu phộng dạng bột
- ½ muỗng cà phê bột nở
- ½ muỗng cà phê baking soda
- ¾ cốc sữa chua Hy Lạp nguyên chất
- 1 quả chuối chín vừa, nghiền nát, và nhiều hơn nữa để phục vụ (tùy chọn)
- ¼ cốc + 2 thìa sữa ít béo 2%
- 1 trứng lớn
- 2 muỗng canh si-rô phong
- ½ cốc sô cô la chip, cộng thêm để phục vụ (tùy chọn)
- Bơ đậu phộng, để phục vụ (tùy chọn)

HƯỚNG DẪN:

a) Cho bột mì, bột bơ đậu phộng, bột nở và baking soda vào tô và đánh đều.

b) Trong một bát khác, đánh sữa chua, chuối nghiền, sữa, trứng và xirô phong cho đến khi hòa quyện.

c) Thêm nguyên liệu ướt vào nguyên liệu khô và đánh đều cho đến khi kết hợp hoàn toàn.

d) Khuấy sô cô la chip.

e) Để bột nghỉ khoảng 2 đến 3 phút. Điều này cho phép tất cả các thành phần kết hợp với nhau và làm cho bột có độ đặc tốt hơn.

f) Xịt một lớp dầu thực vật lên chảo chống dính hoặc vỉ nướng rồi đun trên lửa vừa.

g) Khi chảo đã nóng, dùng cốc đong ¼ cốc cho bột vào và đổ bột vào chảo để làm bánh pancake. Dùng cốc đong để tạo hình cho bánh pancake.

h) Nấu cho đến khi các mặt se lại và hình thành bong bóng ở giữa (khoảng 2 đến 3 phút), sau đó lật bánh.

i) Sau khi bánh đã chín ở mặt đó, hãy lấy bánh ra khỏi bếp và đặt bánh lên đĩa.

j) Tiếp tục các bước này với phần bột còn lại.

30.Bánh pancake chuối

THÀNH PHẦN:

- 1 chén bột đánh vần
- ½ muỗng cà phê bột nở
- ½ muỗng cà phê baking soda
- ¾ cốc sữa chua Hy Lạp nguyên chất
- 1 quả chuối chín vừa, nghiền
- ½ cốc + 2 thìa sữa ít béo 2%
- 1 trứng lớn
- 2 muỗng canh si-rô phong

HƯỚNG DẪN:

a) Cho bột mì, bột nở và baking soda vào tô và trộn đều.

b) Trong một bát khác, đánh sữa chua, chuối nghiền, sữa, trứng và xirô phong cho đến khi hòa quyện.

c) Thêm các thành phần ướt vào các thành phần khô và đánh cho đến khi kết hợp.

d) Để bột nghỉ khoảng 2 đến 3 phút. Điều này cho phép tất cả các thành phần kết hợp với nhau và làm cho bột có độ đặc tốt hơn.

e) Xịt một lớp dầu thực vật lên chảo chống dính hoặc vỉ nướng rồi đun trên lửa vừa.

f) Khi chảo đã nóng, dùng cốc đong ¼ cốc cho bột vào và đổ bột vào chảo để làm bánh pancake. Dùng cốc đong để tạo hình cho bánh pancake.

g) Nấu cho đến khi các mặt se lại và hình thành bong bóng ở giữa (khoảng 2 đến 3 phút), sau đó lật bánh.

h) Sau khi bánh đã chín ở mặt đó, hãy lấy bánh ra khỏi bếp và đặt bánh lên đĩa.

i) Tiếp tục các bước này với phần bột còn lại.

THÀNH PHẦN:
- 1 chén bột đánh vần
- 2 muỗng canh hỗn hợp bánh pudding vani không đường
- ½ muỗng cà phê bột nở
- ½ muỗng cà phê baking soda
- ¾ cốc sữa chua Hy Lạp nguyên chất
- ½ cốc + 2 thìa sữa ít béo 2%
- 1 trứng lớn
- 2 muỗng canh si-rô phong
- 1 cốc dâu tây thái lát mỏng

HƯỚNG DẪN:

a) Cho bột mì, hỗn hợp bánh pudding, bột nở và baking soda vào tô và đánh đều.

b) Trong một bát khác, đánh sữa chua, sữa, trứng và xi-rô cây thích cho đến khi hòa quyện.

c) Thêm nguyên liệu ướt vào nguyên liệu khô và đánh đều cho đến khi kết hợp hoàn toàn.

d) Cẩn thận khuấy dâu tây.

e) Để bột nghỉ khoảng 2 đến 3 phút. Điều này cho phép tất cả các thành phần kết hợp với nhau và làm cho bột có độ đặc tốt hơn.

f) Xịt một lớp dầu thực vật lên chảo chống dính hoặc vỉ nướng rồi đun trên lửa vừa.

g) Khi chảo đã nóng, dùng cốc đong ¼ cốc cho bột vào và đổ bột vào chảo để làm bánh pancake. Dùng cốc đong để tạo hình cho bánh pancake.

h) Nấu cho đến khi các mặt se lại và hình thành bong bóng ở giữa (khoảng 2 đến 3 phút), sau đó lật bánh.

i) Sau khi bánh đã chín ở mặt đó, hãy lấy bánh ra khỏi bếp và đặt bánh lên đĩa.

j) Tiếp tục các bước này với phần bột còn lại.

THÀNH PHẦN:

- 1 chén bột đánh vần
- ¼ cốc cacao không đường
- 1 thìa cà phê quế
- ½ muỗng cà phê bột nở
- ½ muỗng cà phê baking soda
- ¾ cốc sữa chua Hy Lạp nguyên chất
- ¼ cốc + 2 thìa sữa ít béo 2%
- 1 trứng lớn
- 2 muỗng canh si-rô phong

HƯỚNG DẪN:

a) Cho bột mì, ca cao, quế, bột nở và baking soda vào tô và đánh đều.

b) Trong một bát khác, đánh sữa chua, sữa, trứng và xirô phong với nhau cho đến khi hòa quyện hoàn toàn.

c) Thêm nguyên liệu ướt vào nguyên liệu khô và đánh đều cho đến khi kết hợp hoàn toàn.

d) Để bột nghỉ khoảng 2 đến 3 phút. Điều này cho phép tất cả các thành phần kết hợp với nhau và làm cho bột có độ đặc tốt hơn.

e) Xịt một lớp dầu thực vật lên chảo chống dính hoặc vỉ nướng rồi đun trên lửa vừa.

f) Khi chảo đã nóng, dùng cốc đong ¼ cốc cho bột vào và đổ bột vào chảo để làm bánh pancake. Dùng cốc đong để tạo hình cho bánh pancake.

g) Nấu cho đến khi các mặt se lại và hình thành bong bóng ở giữa (khoảng 2 đến 3 phút), sau đó lật bánh.

h) Sau khi bánh đã chín ở mặt đó, hãy lấy bánh ra khỏi bếp và đặt bánh lên đĩa.

i) Tiếp tục các bước này với phần bột còn lại.

33.Bánh xèo xoài việt quất

THÀNH PHẦN:

- 1 chén bột đánh vần
- ½ muỗng cà phê bột nở
- ½ muỗng cà phê baking soda
- ¾ cốc sữa chua Hy Lạp nguyên chất
- ¼ cốc + 2 thìa sữa ít béo 2%
- 1 trứng lớn
- 2 muỗng canh si-rô phong
- ½ cốc xoài xay nhuyễn
- ½ cốc quả việt quất

HƯỚNG DẪN:

a) Cho bột mì, bột nở và baking soda vào tô và trộn đều.

b) Trong một bát khác, đánh sữa chua, sữa, trứng, xi-rô cây phong và xoài xay nhuyễn với nhau cho đến khi hòa quyện.

c) Thêm nguyên liệu ướt vào nguyên liệu khô và đánh đều cho đến khi kết hợp hoàn toàn.

d) Cẩn thận khuấy quả việt quất.

e) Để bột nghỉ khoảng 2 đến 3 phút. Điều này cho phép tất cả các thành phần kết hợp với nhau và làm cho bột có độ đặc tốt hơn.

f) Xịt một lớp dầu thực vật lên chảo chống dính hoặc vỉ nướng rồi đun trên lửa vừa.

g) Khi chảo đã nóng, dùng cốc đong ¼ cốc cho bột vào và đổ bột vào chảo để làm bánh pancake. Dùng cốc đong để tạo hình cho bánh pancake.

h) Nấu cho đến khi các mặt se lại và hình thành bong bóng ở giữa (khoảng 2 đến 3 phút), sau đó lật bánh.

i) Sau khi bánh đã chín ở mặt đó, hãy lấy bánh ra khỏi bếp và đặt bánh lên đĩa.

j) Tiếp tục các bước này với phần bột còn lại.

34.bánh kếp Piña colada

THÀNH PHẦN:

- 1 chén bột đánh vần
- ½ muỗng cà phê bột nở
- ½ muỗng cà phê baking soda
- ¾ cốc sữa chua Hy Lạp nguyên chất
- ½ cốc + 2 thìa canh nước cốt dừa nguyên chất đóng hộp
- 1 trứng lớn
- 2 muỗng canh si-rô phong
- 1 muỗng cà phê chiết xuất vani
- ½ chén dứa thái hạt lựu

HƯỚNG DẪN:

a) Cho bột mì, bột nở và baking soda vào tô và trộn đều.

b) Trong một bát khác, đánh sữa chua, nước cốt dừa, trứng, xi-rô cây thích và vani với nhau cho đến khi hòa quyện hoàn toàn.

c) Thêm nguyên liệu ướt vào nguyên liệu khô và trộn đều cho đến khi kết hợp hoàn toàn.

d) Sau khi mọi thứ đã trộn đều thì cho dứa vào khuấy đều.

e) Để bột nghỉ khoảng 2 đến 3 phút. Điều này cho phép tất cả các thành phần kết hợp với nhau và làm cho bột có độ đặc tốt hơn.

f) Xịt một lớp dầu thực vật lên chảo chống dính hoặc vỉ nướng rồi đun trên lửa vừa.

g) Khi chảo đã nóng, dùng cốc đong ¼ cốc cho bột vào và đổ bột vào chảo để làm bánh pancake. Dùng cốc đong để tạo hình cho bánh pancake.

h) Nấu cho đến khi các mặt se lại và hình thành bong bóng ở giữa (khoảng 2 đến 3 phút), sau đó lật bánh.

i) Sau khi bánh đã chín ở mặt đó, hãy lấy bánh ra khỏi bếp và đặt bánh lên đĩa.

j) Tiếp tục các bước này với phần bột còn lại.

35.Bánh pancake chuối việt quất

THÀNH PHẦN:
- 1 chén bột đánh vần
- ½ muỗng cà phê bột nở
- ½ muỗng cà phê baking soda
- 1 quả chuối chín vừa, nghiền
- ¾ cốc sữa chua Hy Lạp nguyên chất
- ¼ cốc + 2 thìa sữa ít béo 2%
- 1 trứng lớn
- 2 muỗng canh si-rô phong
- ½ cốc quả việt quất

HƯỚNG DẪN:
a) Cho bột mì, bột nở và baking soda vào tô và trộn đều.

b) Trong một tô khác, trộn chuối nghiền, sữa chua, sữa, trứng và si rô phong cho đến khi hòa quyện.

c) Thêm nguyên liệu ướt vào nguyên liệu khô và đánh đều cho đến khi kết hợp hoàn toàn.

d) Cẩn thận khuấy quả việt quất.

e) Để bột nghỉ khoảng 2 đến 3 phút. Điều này cho phép tất cả các thành phần kết hợp với nhau và làm cho bột có độ đặc tốt hơn.

f) Xịt một lớp dầu thực vật lên chảo chống dính hoặc vỉ nướng rồi đun trên lửa vừa.

g) Khi chảo đã nóng, dùng cốc đong ¼ cốc cho bột vào và đổ bột vào chảo để làm bánh pancake. Dùng cốc đong để tạo hình cho bánh pancake.

h) Nấu cho đến khi các mặt se lại và hình thành bong bóng ở giữa (khoảng 2 đến 3 phút), sau đó lật bánh.

i) Sau khi bánh đã chín ở mặt đó, hãy lấy bánh ra khỏi bếp và đặt bánh lên đĩa.

j) Tiếp tục các bước này với phần bột còn lại.

36.Bánh chuối dâu

THÀNH PHẦN:

- 1 chén bột đánh vần
- ½ muỗng cà phê bột nở
- ½ muỗng cà phê baking soda
- ¾ cốc sữa chua Hy Lạp nguyên chất
- 1 quả chuối chín vừa, nghiền
- ½ cốc + 2 thìa sữa ít béo 2%
- 1 trứng lớn
- 2 muỗng canh si-rô phong
- ¾ cốc dâu tây cắt lát

HƯỚNG DẪN:

a) Cho bột mì, bột nở và baking soda vào tô và trộn đều.

b) Trong một bát khác, đánh sữa chua, chuối nghiền, sữa, trứng và xirô phong cho đến khi hòa quyện.

c) Thêm nguyên liệu ướt vào nguyên liệu khô và đánh đều cho đến khi kết hợp hoàn toàn.

d) Cẩn thận khuấy dâu tây.

e) Để bột nghỉ khoảng 2 đến 3 phút. Điều này cho phép tất cả các thành phần kết hợp với nhau và làm cho bột có độ đặc tốt hơn.

f) Xịt một lớp dầu thực vật lên chảo chống dính hoặc vỉ nướng rồi đun trên lửa vừa.

g) Khi chảo đã nóng, dùng cốc đong ¼ cốc cho bột vào và đổ bột vào chảo để làm bánh pancake. Dùng cốc đong để tạo hình cho bánh pancake.

h) Nấu cho đến khi các mặt se lại và hình thành bong bóng ở giữa (khoảng 2 đến 3 phút), sau đó lật bánh.

i) Sau khi bánh đã chín ở mặt đó, hãy lấy bánh ra khỏi bếp và đặt bánh lên đĩa.

j) Tiếp tục các bước này với phần bột còn lại.

THÀNH PHẦN:

HÀNG ĐẦU:

- ¼ cốc sữa chua Hy Lạp nguyên chất
- 1 muỗng canh si-rô phong

BÁNH XÈO

- 1 chén bột đánh vần
- 1 muỗng cà phê baking soda
- 1 thìa cà phê gừng xay
- 1 thìa cà phê hạt tiêu xay
- 1 thìa cà phê quế
- ¼ thìa cà phê đinh hương xay
- ¼ thìa cà phê muối
- 1 trứng lớn
- ½ cốc sữa ít béo 2%
- 3 muỗng canh si-rô phong
- 1 muỗng cà phê chiết xuất vani

HƯỚNG DẪN:

a) Trộn sữa chua Hy Lạp và xi-rô cây thích cho đến khi hòa quyện và đặt sang một bên.

b) Trong một tô lớn, thêm bột mì, baking soda, gừng, hạt tiêu, quế, đinh hương và muối vào với nhau rồi đánh đều để kết hợp hoàn toàn.

c) Trong một bát khác, đánh trứng, sữa, xi-rô cây thích và vani với nhau cho đến khi hòa quyện.

d) Thêm nguyên liệu ướt vào nguyên liệu khô và đánh đều cho đến khi kết hợp hoàn toàn.

e) Để bột nghỉ khoảng 2 đến 3 phút. Điều này cho phép tất cả các thành phần kết hợp với nhau và làm cho bột có độ đặc tốt hơn.

f) Xịt một lớp dầu thực vật lên chảo chống dính hoặc vỉ nướng rồi đun trên lửa vừa.

g) Khi chảo đã nóng, dùng cốc đong ¼ cốc cho bột vào và đổ bột vào chảo để làm bánh pancake.

h) Nấu cho đến khi các mặt se lại và hình thành bong bóng ở giữa.

i) Sau khi bánh đã chín ở mặt đó, hãy lấy bánh ra khỏi bếp và đặt bánh lên đĩa.

j) Tiếp tục các bước này với phần bột còn lại. Ăn kèm sữa chua.

sinh tố và bát sinh tố

38.Bát sinh tố Biscoff sữa chua Hy Lạp

THÀNH PHẦN:
- 2 quả chuối chín, đông lạnh
- ¼ cốc sữa chua Hy Lạp
- 2 muỗng canh Biscoff phết
- ½ cốc sữa (sữa hoặc thực vật)
- Lớp trên bề mặt: vụn bánh quy Biscoff, chuối cắt lát, granola, dừa vụn, quả mọng, v.v.

HƯỚNG DẪN:

a) Trong máy xay sinh tố, kết hợp chuối đông lạnh, sữa chua Hy Lạp, bơ Biscoff và sữa.

b) Trộn cho đến khi mịn và kem. Nếu cần, thêm nhiều sữa hơn để đạt được độ đặc mong muốn.

c) Đổ sinh tố vào tô và phủ vụn bánh quy Biscoff, chuối cắt lát, granola, dừa vụn, quả mọng hoặc bất kỳ loại đồ phủ nào bạn muốn lên trên.

d) Thưởng thức bát sinh tố Biscoff bằng thìa và thưởng thức sự kết hợp thơm ngon giữa hương vị và kết cấu.

39.Sinh tố việt quất của Jack Daniel

THÀNH PHẦN:

- 1 cốc quả việt quất đông lạnh
- ½ cốc sữa chua Hy Lạp vani
- ½ cốc sữa hạnh nhân
- 2 thìa mật ong
- 1 muỗng canh rượu whisky Jack Daniel
- Khối nước đá

HƯỚNG DẪN:

a) Cho quả việt quất đông lạnh, sữa chua Hy Lạp, sữa hạnh nhân, mật ong và rượu whisky Jack Daniel vào máy xay.

b) Xay đến khi mịn.

c) Thêm đá viên và trộn lại cho đến khi đạt được độ đặc mong muốn.

d) Đổ vào ly và dùng ngay.

40.Sinh tố sô cô la của Jack Daniel

THÀNH PHẦN:
- 1 quả chuối đông lạnh
- ½ cốc sữa chua Hy Lạp nguyên chất
- ½ cốc sữa hạnh nhân
- 2 thìa mật ong
- 1 muỗng canh rượu whisky Jack Daniel
- 1 thìa bột cacao
- Khối nước đá

HƯỚNG DẪN:

a) Cho chuối đông lạnh, sữa chua Hy Lạp, sữa hạnh nhân, mật ong, rượu whisky Jack Daniel's và bột ca cao vào máy xay.

b) Xay đến khi mịn.

c) Thêm đá viên và trộn lại cho đến khi đạt được độ đặc mong muốn.

d) Đổ vào ly và dùng ngay.

41.Bát sữa chua kẹo tổ ong

THÀNH PHẦN:
- 1 cốc sữa chua Hy Lạp
- 2 thìa mật ong
- ¼ cốc kẹo tổ ong, nghiền nát
- Trái cây tươi để làm topping

HƯỚNG DẪN:
a) Trong một cái bát, trộn sữa chua Hy Lạp và mật ong.
b) Rắc kẹo tổ ong nghiền lên sữa chua.
c) Top với trái cây tươi.
d) Khuấy đều và thưởng thức món sữa chua ngâm mật ong thú vị này.

42.Bát sinh tố ngô-berry

THÀNH PHẦN:
- 1 quả chuối chín, đông lạnh
- 1 cốc hỗn hợp các loại quả mọng (chẳng hạn như dâu tây, quả việt quất hoặc quả mâm xôi)
- ½ cốc sữa chua Hy Lạp
- ¼ cốc sữa
- ¼ chén bánh ngô nghiền
- Quả mọng tươi, chuối cắt lát và các loại đồ ăn kèm mong muốn khác

HƯỚNG DẪN:
a) Trong máy xay sinh tố, kết hợp chuối đông lạnh, các loại quả mọng hỗn hợp, sữa chua Hy Lạp và sữa.

b) Trộn cho đến khi mịn và kem.

c) Đổ sinh tố vào tô.

d) Rắc bột ngô nghiền nát lên trên.

e) Thêm quả mọng tươi, chuối cắt lát và bất kỳ loại đồ phủ nào bạn muốn, chẳng hạn như granola hoặc các loại hạt.

f) Thưởng thức ngay bằng thìa.

43.Bát sinh tố dâm bụt

THÀNH PHẦN:
- 1 quả chuối đông lạnh
- ½cốc quả đông lạnh (chẳng hạn như dâu tây, quả mâm xôi hoặc quả việt quất)
- ¼tách trà dâm bụt (ủ mạnh và để nguội)
- ¼cốc sữa chua Hy Lạp hoặc sữa chua làm từ thực vật
- 1 muỗng canh hạt chia
- Lớp phủ bên trên: trái cây thái lát, granola, dừa nạo, các loại hạt, v.v.

HƯỚNG DẪN:

a) Trong máy xay sinh tố, kết hợp chuối đông lạnh, quả mọng đông lạnh, trà dâm bụt, sữa chua Hy Lạp và hạt chia.

b) Trộn cho đến khi mịn và kem. Nếu cần, hãy thêm một chút trà hoa dâm bụt hoặc nước để đạt được độ đặc mong muốn.

c) Đổ sinh tố vào tô.

d) Phủ trái cây thái lát, granola, dừa nạo, các loại hạt hoặc bất kỳ loại đồ phủ nào khác mà bạn thích lên trên.

e) Hãy thưởng thức ly sinh tố hoa dâm bụt sảng khoái và sôi động như một bữa sáng bổ dưỡng.

THÀNH PHẦN:

- 1 cốc đào đông lạnh
- ½ cốc sữa chua Hy Lạp nguyên chất
- ½ cốc sữa hạnh nhân
- 2 thìa mật ong
- 1 muỗng canh rượu whisky Jack Daniel
- Khối nước đá

HƯỚNG DẪN:

a) Cho đào đông lạnh, sữa chua Hy Lạp, sữa hạnh nhân, mật ong và rượu whisky Jack Daniel's vào máy xay.

b) Xay đến khi mịn.

c) Thêm đá viên và trộn lại cho đến khi đạt được độ đặc mong muốn.

d) Đổ vào ly và dùng ngay.

45.Sinh tố dâu

THÀNH PHẦN:
- 1 cốc dâu tây đông lạnh
- ½ cốc sữa chua Hy Lạp vani
- ½ cốc sữa hạnh nhân
- 2 thìa mật ong
- 1 muỗng canh rượu whisky Jack Daniel
- Khối nước đá

HƯỚNG DẪN:
a) Cho dâu tây đông lạnh, sữa chua Hy Lạp, sữa hạnh nhân, mật ong và rượu whisky Jack Daniel's vào máy xay.
b) Xay đến khi mịn.
c) Thêm đá viên và trộn lại cho đến khi đạt được độ đặc mong muốn.
d) Đổ vào ly và dùng ngay.

46.Sinh tố Kahlua

THÀNH PHẦN:
- 1 quả chuối chín
- ½ cốc sữa chua Hy Lạp
- ¼ cốc Kahlua
- ¼ cốc sữa (hoặc loại thay thế không phải sữa)
- 1 thìa mật ong
- 1 cốc đá viên

HƯỚNG DẪN:
a) Trong máy xay sinh tố, kết hợp chuối, sữa chua Hy Lạp, Kahlua, sữa, mật ong và đá viên.

b) Trộn cho đến khi mịn và kem.

c) Rót sinh tố Kahlua vào ly và thưởng thức như một thức uống giải khát cho bữa sáng.

47.Sinh tố bạc hà và dâu tây

THÀNH PHẦN:
- 1 quả chuối
- 1 cốc dâu tây đông lạnh
- ¼ chén lá bạc hà tươi
- ½ cốc sữa hạnh nhân vani không đường
- ½ cốc sữa chua Hy Lạp
- 1 thìa mật ong

HƯỚNG DẪN:
a) Trong máy xay sinh tố, kết hợp chuối, dâu tây đông lạnh, lá bạc hà, sữa hạnh nhân, sữa chua Hy Lạp và mật ong.
b) Xay đến khi mịn.
c) Đổ vào ly và dùng ngay.
d) Thưởng thức!

48.Sinh Tố Kem Phô Mai Mỹ

THÀNH PHẦN:
- 1 cốc sữa
- ½ cốc sữa chua Hy Lạp nguyên chất
- 1 quả chuối
- ¼ cốc phô mai Mỹ bào
- 1 thìa mật ong

HƯỚNG DẪN:
a) Trong máy xay sinh tố, trộn sữa, sữa chua Hy Lạp, chuối, phô mai Mỹ bào và mật ong.

b) Trộn cho đến khi mịn và kem.

c) Phục vụ trong một ly cao và thưởng thức.

49.Sinh Tố Hạnh Nhân Joy

THÀNH PHẦN:
- ½ cốc sữa hạnh nhân không đường
- ½ cốc sữa chua Hy Lạp vani
- ¼ cốc rượu amaretto
- ¼ cốc dừa vụn không đường
- 1 quả chuối, đông lạnh
- đá

HƯỚNG DẪN:
a) Thêm sữa hạnh nhân, sữa chua Hy Lạp, rượu amaretto, dừa vụn và chuối đông lạnh vào máy xay và xay cho đến khi mịn.

b) Thêm đá vào máy xay và xay lại cho đến khi sinh tố đặc và mịn như kem.

c) Đổ sinh tố vào ly và dùng ngay.

50.Sinh tố rừng đen

THÀNH PHẦN:

ĐỂ CHUẨN BỊ

- 1 (16-ounce) túi anh đào ngọt bỏ hạt đông lạnh
- 2 chén rau chân vịt non
- 2 thìa bột cacao
- 1 muỗng canh hạt chia

PHỤC VỤ

- 1 cốc sữa hạnh nhân sô cô la không đường
- ¾ cốc sữa chua Hy Lạp 2% vani
- 3 muỗng cà phê si-rô phong
- 1 muỗng cà phê chiết xuất vani

HƯỚNG DẪN:

a) Kết hợp quả anh đào, rau bina, bột ca cao và hạt chia vào tô lớn. Chia cho 4 túi đông lạnh ziplock. Đóng băng tối đa một tháng, cho đến khi sẵn sàng phục vụ.

b) ĐỂ LÀM MỘT PHẦN: Cho lượng chứa trong một túi vào máy xay sinh tố và thêm ¼ cốc sữa hạnh nhân, 3 thìa sữa chua, ¾ thìa cà phê xi-rô cây phong và ¼ thìa cà phê vani. Xay đến khi mịn. Phục vụ ngay lập tức.

51.Bát sữa chua thanh long và granola

THÀNH PHẦN:
- 1 quả thanh long
- 1 cốc sữa chua Hy Lạp
- ½ cốc ngũ cốc
- 1 thìa mật ong

HƯỚNG DẪN:
a) Cắt đôi quả thanh long và nạo lấy phần thịt.
b) Trong một cái bát, trộn sữa chua Hy Lạp và mật ong.
c) Trong một bát riêng, xếp thịt thanh long, hỗn hợp sữa chua Hy Lạp và granola vào.
d) Lặp lại các lớp cho đến khi tất cả các thành phần được sử dụng.
e) Dùng lạnh.

52.Sinh Tố Thanh Long Berry

THÀNH PHẦN:
SINH TỐ:
- 1 cốc quả mâm xôi đông lạnh
- 1 ¾ chén thanh long hồng đông lạnh (200 gram)
- ½ cốc quả mâm xôi đông lạnh
- 5,3 ounce sữa chua Hy Lạp dâu tây (150 gram)
- 2 thìa hạt chia
- 1 muỗng cà phê nước cốt chanh (½ quả chanh)
- 1 thìa cà phê gừng xay
- 1 cốc sữa hạnh nhân không đường hoặc sữa tùy chọn

TRANG TRÍ TÙY CHỌN:
- hạt chia
- quả mọng

HƯỚNG DẪN:

a) Thêm quả mâm xôi, thanh long, quả mâm xôi, sữa chua, hạt chia, chanh và gừng vào hộp máy xay. Thêm sữa hạnh nhân, đậy nắp và trộn ở tốc độ cao cho đến khi mịn.

b) Tạm dừng để cạo các cạnh của thùng chứa bằng thìa nếu cần. Nếu sinh tố quá đặc, hãy đổ lượng sữa hạnh nhân vừa đủ để đạt được độ đặc mong muốn.

c) Rót sinh tố vào ly và thêm hạt chia và quả mọng lên trên nếu muốn.

53.Sinh tố Nutella cổ điển

THÀNH PHẦN:
- 6 ounce chất lỏng sữa ít béo
- 2 thìa Nutella
- 6 ounce sữa chua Hy Lạp không béo
- 1 quả chuối, thái lát
- 4 quả dâu tây tươi

HƯỚNG DẪN:

a)   Cho tất cả các thành phần được đề cập vào máy xay và xay cho đến khi mịn.

54.Sinh tố mâm xôi Nutella

THÀNH PHẦN:
- 2 cốc quả mâm xôi đông lạnh
- 1 quả chuối lớn
- 1 5,3 ounce sữa chua Hy Lạp mâm xôi
- ½ cốc sữa
- 2 cốc kem vani
- ¼ cốc Nutella
- ½ cốc quả mâm xôi tươi – làm sạch và lau khô
- Bánh sô cô la tan chảy Ghirardelli

HƯỚNG DẪN:

a) Nhúng quả mâm xôi tươi vào sô cô la tan chảy. Đặt nó trong tủ lạnh.

b) Sử dụng máy trộn cầm tay, đánh kem vani và Nutella cho đến khi thành kem. Đặt trong tủ đông.

c) Sử dụng máy xay sinh tố, trộn quả mâm xôi đông lạnh, chuối, sữa chua Hy Lạp và sữa.

d) Để lắp ráp, xếp các quả mâm xôi đã trộn, sau đó là kem/Nutella, và phủ các quả mâm xôi trộn còn lại lên trên.

e) Ăn ngay với một vài quả mâm xôi phủ sô cô la.

55.Bát Açaí với đào và rau xanh

THÀNH PHẦN:
- ½ chén bắp cải Microgreen
- 1 quả chuối đông lạnh
- 1 cốc quả mọng đỏ đông lạnh
- 4 thìa bột Açaí
- ¾ cốc nước cốt hạnh nhân hoặc dừa
- ½ cốc sữa chua Hy Lạp nguyên chất
- ¼ thìa cà phê chiết xuất hạnh nhân

TRÌNH BÀY:
- Dừa nướng vụn
- Những lát đào tươi
- Granola hoặc các loại hạt/hạt nướng
- Mưa phùn mật ong

HƯỚNG DẪN:

a) Trộn sữa và sữa chua trong máy xay lớn, tốc độ cao. Thêm trái cây đông lạnh Açaí, rau cải bắp cải và chiết xuất hạnh nhân.

b) Tiếp tục trộn ở mức thấp cho đến khi mịn, chỉ thêm chất lỏng bổ sung nếu cần. Nó phải DÀY và mịn như kem!

c) Chia sinh tố thành hai bát và phủ lên trên tất cả các loại đồ ăn kèm yêu thích của bạn.

56.Bát diêm mạch Pavlova

THÀNH PHẦN:
- 1 chén quinoa nấu chín
- ½ cốc sữa chua Hy Lạp nguyên chất
- 1 thìa mật ong
- 1 vỏ Pavlova nhỏ, vỡ vụn
- ¼ cốc quả mọng hỗn hợp
- ¼ cốc hạnh nhân thái lát

HƯỚNG DẪN:
a) Trong một cái bát, trộn quinoa nấu chín, sữa chua Hy Lạp và mật ong.
b) Đổ hỗn hợp quinoa với vỏ Pavlova mini vụn lên trên.
c) Thêm các loại quả mọng hỗn hợp và hạnh nhân cắt lát lên trên.
d) Phục vụ ngay lập tức.

57.Bát Ube và chuối

THÀNH PHẦN:

- 1 quả chuối, nghiền nát
- 3 muỗng canh ube halaya, chia
- 1/4 chén yến mạch cán kiểu cũ
- 1/4 cốc sữa tươi
- 1 muỗng canh hạt chia
- 1/2 muỗng canh hạt anh túc
- 2 thìa sữa chua Hy Lạp
- 1/2 muỗng cà phê hương vani
- 1 thìa mật ong
- sô-cô-la chip, để phủ lên trên
- đậu phộng rang, cắt nhỏ, để phủ lên trên
- phô mai tan chảy nhanh, bào nhỏ, để phủ lên trên
- 1 giọt hương liệu ube, hoặc nếm thử

HƯỚNG DẪN:

a) Nghiền chuối. Trộn 1 thìa canh ube halaya và hương liệu ube nếu sử dụng. Thêm yến mạch cán kiểu cũ, sữa, hạt chia, hạt anh túc, sữa chua Hy Lạp, vani và mật ong.

b) Khuấy hỗn hợp cho đến khi kết hợp tốt.

c) Trong lọ hoặc cốc thủy tinh, phết phần ube halaya còn lại lên các cạnh của ly.

d) Đổ đầy ly với hỗn hợp yến mạch. Thêm topping tùy thích. Đậy nắp và để trong tủ lạnh qua đêm.

e) Sáng hôm sau bổ sung thêm sữa tươi trước khi ăn.

MÓN ĂN VÀ MÓN KHAI THÁC

58.Bánh quy xoắn bọc sữa chua Hy Lạp

THÀNH PHẦN:

- Thanh bánh quy xoắn hoặc xoắn bánh quy xoắn
- Sữa chua Hy Lạp (nguyên chất hoặc có hương vị)
- Rắc hoặc đường màu (tuỳ thích)

HƯỚNG DẪN:

a) Dòng một tấm nướng bánh bằng giấy giấy da.

b) Nhúng bánh quy xoắn vào sữa chua Hy Lạp, phủ nửa chừng.

c) Đặt bánh quy phủ sữa chua lên khay nướng đã chuẩn bị sẵn.

d) Nếu muốn, rắc rắc hoặc đường màu lên lớp phủ sữa chua.

e) Đặt khay nướng vào tủ lạnh khoảng 30 phút hoặc cho đến khi sữa chua cứng lại.

f) Sau khi đã cứng lại, hãy gói bánh quy phủ sữa chua vào hộp cơm trưa.

59.Rau thơm chấm sữa chua mơ

THÀNH PHẦN:

- 3 quả trứng; bị đánh nhẹ
- 150 gram phô mai Mozzarella; nạo
- 85 gram Parmesan tươi bào sợi
- 125 gram vụn bánh mì tươi
- ½ củ hành đỏ; Thái nhỏ
- ¼ thìa cà phê ớt đỏ
- 2 muỗng canh kinh giới tươi
- 2 muỗng canh hẹ cắt nhỏ
- 5 muỗng canh rau mùi tây lá phẳng xắt nhỏ
- 1 nắm lá tên lửa; đại khái cắt nhỏ
- 1 nắm lá rau muống non; băm nhỏ
- Muối và hạt tiêu và dầu hướng dương
- Hộp sữa chua Hy Lạp 500 gram
- 12 quả mơ khô ăn liền; thái hạt lựu
- 2 tép tỏi và bạc hà tươi cắt nhỏ

HƯỚNG DẪN:

a) Trộn các nguyên liệu làm món chiên, trừ dầu và bơ, cho đến khi đặc và khá đặc. Liên kết với vụn bánh mì nếu ẩm ướt.

b) Trộn các thành phần nước sốt ngay trước khi sử dụng.

c) Đổ dầu 1cm/ ½" vào chảo rán, thêm bơ và đun nóng cho đến khi có màu đục.

d) Khuôn bánh rán hình bầu dục, dùng tay ấn chặt cho chặt.

e) Chiên trong dầu khoảng 2-3 phút cho đến khi giòn.

THÀNH PHẦN:
ĐỐI VỚI BÁNH RỪNG:
- Phun xịt nonstick
- ½ chén đường cát
- Vỏ bào và nước cốt của 1 quả chanh
- 1 ½ chén bột mì đa dụng
- ¾ muỗng cà phê bột nở
- ¼ muỗng cà phê baking soda
- ¼ thìa cà phê muối
- ⅓ cốc bơ sữa
- ⅓ cốc sữa nguyên chất
- 6 muỗng canh. bơ không muối, ở nhiệt độ phòng
- 1 quả trứng
- 2 muỗng cà phê chiết xuất vani

ĐỂ LÀM KEM PHỦ
- ½ cốc sữa chua Hy Lạp nguyên chất hoặc sữa chua nguyên chất khác
- Vỏ bào của 1 quả chanh
- ¼ thìa cà phê muối
- 1 cốc đường bánh kẹo
- ½ chén quả hồ trăn nướng, cắt nhỏ

HƯỚNG DẪN:

a) Để làm Bánh rán, hãy làm nóng lò nướng ở nhiệt độ 375°F.

b) Phủ các giếng của chảo Donut bằng bình xịt nấu ăn không dính.

c) Trong một bát nhỏ, trộn đường cát và vỏ chanh. Dùng đầu ngón tay chà xát vỏ vào đường. Trong một tô khác, trộn đều bột mì, bột nở, baking soda và muối. Trong cốc đo, khuấy đều bơ sữa, sữa nguyên chất và nước cốt chanh.

d) Trong tô của máy trộn đứng có gắn cánh khuấy, đánh hỗn hợp đường và bơ với nhau ở tốc độ trung bình cho đến khi mịn và nhẹ, khoảng 2 phút. Cạo xuống các cạnh của bát. Thêm trứng và vani vào rồi đánh ở tốc độ trung bình cho đến khi hòa quyện, khoảng 1 phút.

e) Ở tốc độ thấp, thêm hỗn hợp bột làm 3 lần, xen kẽ với hỗn hợp sữa và bắt đầu và kết thúc bằng bột mì. Đánh từng phần bổ sung cho đến khi vừa hòa quyện.

f) Đổ 2 muỗng canh. bột vào mỗi tốt chuẩn bị. Nướng, xoay chảo 180 độ trong khi nướng, cho đến khi tăm cắm vào Bánh rán sạch sẽ, khoảng 10 phút. Để nguội trong chảo trên giá làm mát trong 5 phút, sau đó úp Bánh rán lên giá và để nguội hoàn toàn. Trong khi đó, rửa và lau khô chảo và lặp lại để nướng phần bột còn lại.

g) Để làm men, trong một cái bát, khuấy đều sữa chua, vỏ chanh và muối. Thêm đường làm bánh kẹo và khuấy cho đến khi mịn và hòa quyện. Nhúng bánh rán từ trên xuống dưới vào men, rắc quả hồ trăn và thưởng thức.

61.Thanh Protein Tiramisu

THÀNH PHẦN:
CĂN CỨ:
- ⅓ chén bột yến mạch
- 1 tờ bánh quy giòn Graham, nghiền nhỏ
- ½ muỗng bột Protein Vani
- ½ muỗng Bột Protein không hương vị
- 2 thìa bột dừa
- ¼ cốc sữa hạnh nhân không đường

CÀ PHÊ CÀ PHÊ:
- 2 thìa bột bơ đậu phộng
- 1 muỗng canh + 1 muỗng cà phê Bơ hạt điều
- 1½ muỗng canh Bột Protein Vani
- 1½ muỗng canh Bột Protein không hương vị
- 1½ muỗng cà phê cà phê hòa tan
- ¾ muỗng canh Xi-rô cây phong
- ¾ thìa nước
- ⅛ muỗng cà phê chiết xuất vani

KEM PHÔ MAI:
- 6 thìa sữa chua Hy Lạp không béo
- Phô mai kem giảm béo 3 ounce
- ½ muỗng Bột Protein Vani, Whey-Casein
- 2 thìa bột dừa
- Bột cacao để quét bụi

HƯỚNG DẪN:
a) Lót giấy da vào chảo ổ bánh mì; để lại phần nhô ra để nhấc ra sau.
b) Làm nóng lò ở nhiệt độ 350°F.

CĂN CỨ:
a) Trong máy xay thực phẩm, trộn bột yến mạch, bánh quy giòn graham nghiền, bột protein vani, bột protein không có hương vị và bột dừa.
b) Chuyển sang tô, thêm sữa hạnh nhân vào và trộn.
c) Hỗn hợp phải đặc nhưng hơi dính như bột.
d) Chuyển sang chảo đã chuẩn bị sẵn và ấn xuống.
e) Nướng trong 10 phút, sau đó để nguội khoảng 10 phút:

CÀ PHÊ CÀ PHÊ:

a) Trong cùng một bát, khuấy đều bột bơ đậu phộng, bơ hạnh nhân, bột protein vani, bột protein không hương vị, cà phê hòa tan, xi-rô cây phong, nước và vani.

b) Trải đều lên trên lớp nền và dùng mặt sau của thìa để làm phẳng.

KEM PHÔ MAI PROTEIN:

a) Trong một cái bát, trộn phô mai kem đã làm mềm, sữa chua Hy Lạp, bột protein và bột dừa.

b) Trải rộng trên cơ sở.

c) Cho vào tủ lạnh để nguội khoảng 5-10 phút.

d) Rắc bột cacao lên trên, cắt thành 8 lát và thưởng thức.

62.bánh nướng xốp tiramisu

THÀNH PHẦN:

bánh nướng xốp
- 2 chén bột mì đa dụng
- 2 thìa bột cacao
- 1 muỗng canh bột nở
- 3 thìa bột espresso
- 10 muỗng canh bơ không muối, làm mềm
- 1 cốc đường hạt siêu mịn
- 2 quả trứng
- ½ cốc mascarpone
- ½ cốc sữa chua Hy Lạp nguyên chất
- 1 cốc sữa

PHỦ BÊN TRÊN THỨC ĂN
- 2 thìa bột cacao

HƯỚNG DẪN:

a) Làm nóng lò ở nhiệt độ 375°F. Lót giấy lót vào khuôn muffin rồi đặt sang một bên.

b) Trong một tô lớn, trộn bột mì, ca cao, bột nở và bột espresso.

c) Trong tô máy trộn, đánh bơ và đường với nhau cho đến khi mịn và nhẹ. Cạo xuống các cạnh của bát khi cần thiết.

d) Thêm từng quả trứng vào, đánh đều sau mỗi lần thêm.

e) Đánh mascarpone và sữa chua Hy Lạp cho đến khi hòa quyện hoàn toàn. Trộn đều hỗn hợp bột và sữa rồi trộn đều.

f) Đổ đầy ¾ khuôn bánh muffin và nướng trong 25-30 phút hoặc cho đến khi cắm tăm vào giữa tăm thấy sạch.

g) Rắc bột cacao lên trên.

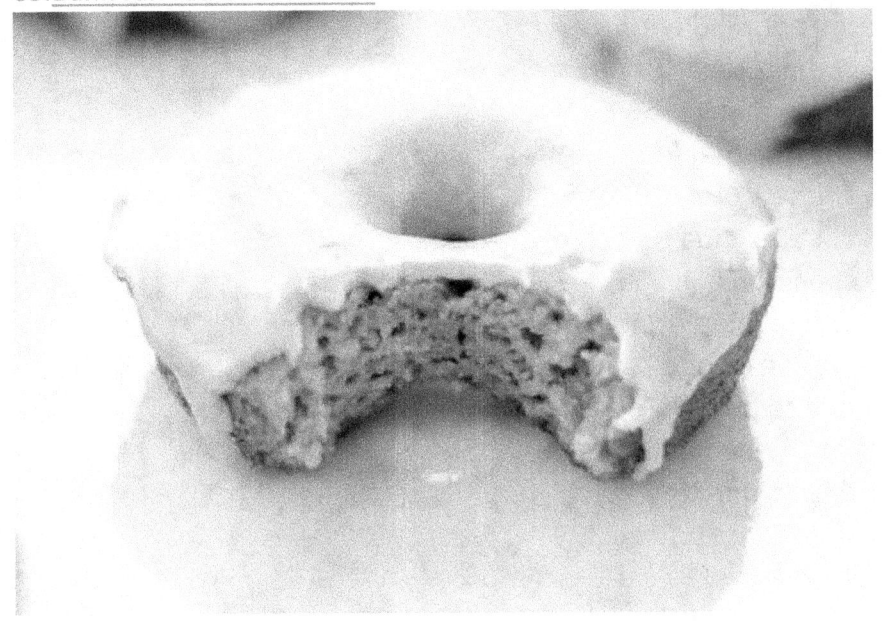

THÀNH PHẦN:

- 1 cốc bột mì đa dụng
- ½ chén bột mì nguyên hạt
- ½ chén rau bina tươi xắt nhỏ
- ½ cốc phô mai feta vụn
- ⅓ cốc sữa
- ⅓ cốc sữa chua Hy Lạp nguyên chất
- ¼ chén dầu ô liu
- 1 thìa cà phê bột nở
- ½ muỗng cà phê baking soda
- ¼ thìa cà phê muối
- 2 tép tỏi, băm nhỏ
- ¼ thìa cà phê tiêu đen

HƯỚNG DẪN:

a) Làm nóng lò ở nhiệt độ 350°F (180°C).

b) Trong một tô lớn, trộn đều bột mì, bột nở, baking soda, muối và hạt tiêu đen.

c) Trong một bát khác, trộn cùng rau bina cắt nhỏ, phô mai feta vụn, sữa, sữa chua Hy Lạp, dầu ô liu, tỏi băm.

d) Thêm các thành phần ướt vào các thành phần khô và trộn cho đến khi vừa kết hợp.

e) Múc bột vào chảo bánh rán đã phết mỡ và nướng trong 12-15 phút hoặc cho đến khi cắm tăm vào giữa thấy tăm sạch.

f) Để nguội trong chảo khoảng 5 phút trước khi lấy ra giá lưới cho nguội hoàn toàn.

64.Bánh rán sô cô la mịn tráng men

THÀNH PHẦN:

- 1 ¾ chén bột mì
- 1 ½ thìa cà phê bột nở
- ½ muỗng cà phê muối
- 1 thìa cà phê quế
- 1 muỗng cà phê gia vị bí ngô
- 2 muỗng canh dầu dừa hoặc dầu thực vật
- ⅓ cốc sữa chua Hy Lạp vani
- ½ chén đường nâu nhạt
- 1 quả trứng
- 2 muỗng cà phê Baileys hoặc vani
- ¾ cốc bí ngô đóng hộp
- ½ cốc sữa hạnh nhân vani

BAILEYS GLAZE

- 2 chén đường bột làm bánh kẹo
- 3 nắp Baileys
- 1 muỗng canh sữa hạnh nhân vani

HƯỚNG DẪN:

a) Làm nóng lò nướng ở nhiệt độ 350° F. Xịt chảo Donut của bạn bằng bình xịt chống dính và đặt sang một bên.

b) Trong một cái bát, trộn bột mì, bột nở, muối và gia vị với nhau rồi đặt sang một bên.

c) Trong một tô lớn, trộn đều dầu, sữa chua Hy Lạp, đường nâu, trứng, vani, bí đỏ và sữa hạnh nhân cho đến khi hòa quyện. Từ từ thêm các nguyên liệu khô vào hỗn hợp và khuấy đều cho đến khi vừa kết hợp, cẩn thận không trộn quá kỹ nếu không bánh rán sẽ bị dai và dai.

d) Dùng túi đựng bánh ngọt hoặc túi nhựa đã cắt góc, đổ bột vào từng cốc Donut, đầy khoảng ⅔ nhưng không tràn.

e) Nướng trong vòng 11 - 13 phút, cho đến khi bánh rán mềm lại khi ấn nhẹ. Đổ bánh rán ra giá lưới và để nguội hoàn toàn.

f) Trong khi bánh rán đang nguội, hãy làm men Baileys.

BAILEYS GLAZE

g) Kết hợp tất cả các thành phần trong một bát nhỏ và đánh cho đến khi mịn.

h) Sau khi Bánh rán nguội hoàn toàn, hãy nhúng phần trên của mỗi Bánh rán vào men và đặt trở lại giá lưới.

65.Bánh tart chiên không khí

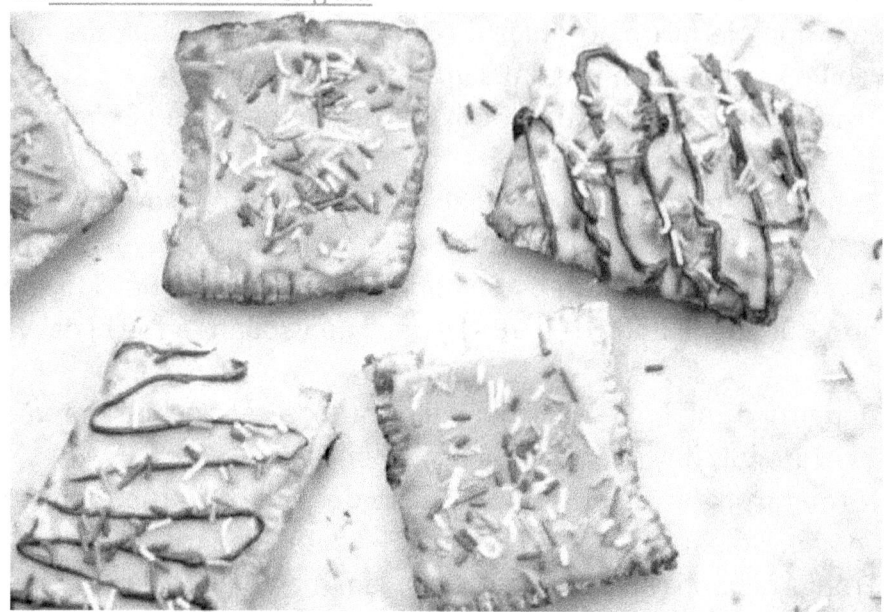

THÀNH PHẦN:
POPTARTS
- 2 cốc bột mì tự nở
- 2 cốc sữa chua Hy Lạp
- Mứt dâu tây
- bơm
- 1 quả chuối

KEM PHỦ LÊN BÁNH:
- ½ chén đường bột
- 1 thìa kem
- 1 thìa cà phê Vani
- Màu thực phẩm màu đỏ
- 1 muỗng canh nước ấm
- bơm
- rắc cầu vồng

HƯỚNG DẪN:
a) Bắt đầu bằng cách kết hợp bột mì và sữa chua Hy Lạp để làm bột nhào. Nhào cho đến khi tạo thành một quả bóng rồi lăn ra bề mặt đã rắc bột mì và cắt thành 16 hình chữ nhật.

b) Đối với bánh tart dâu tây, hãy thêm một vài thìa cà phê mứt dâu vào 4 hình chữ nhật. Che bằng một hình chữ nhật khác và kẹp các cạnh lại bằng một cái nĩa.

c) Đối với bánh tart Nutella, hãy thêm một vài thìa cà phê Nutella vào 4 hình chữ nhật và một vài lát chuối mỏng. Che bằng một hình chữ nhật khác và kẹp các cạnh lại bằng một cái nĩa.

d) Chiên ở nhiệt độ 400 trong khoảng 8-10 phút. Kiểm tra ở điểm nửa chừng và lật.

e) Để làm men dâu tây, trộn ¼ cốc đường bột, kem, vani và một giọt màu thực phẩm. Khi trộn xong, phết lên bánh tart và rắc rắc lên trên.

f) Để hoàn thành món bánh tart Nutella, trộn phần đường bột còn lại và nước ấm. Sau đó phết nó lên bánh tart.

g) Hãy để men cứng lại một chút và chúng đã sẵn sàng phục vụ!

NHÚNG

THÀNH PHẦN:

- 1 cốc sữa chua Hy Lạp
- 2 muỗng canh rượu mùi Limoncello
- Vỏ của 1 quả chanh
- 1 muỗng canh mật ong (tùy chọn)
- Các loại trái cây tươi, bánh quy hoặc bánh quy giòn để chấm

HƯỚNG DẪN:

a) Trong một cái bát, trộn sữa chua Hy Lạp, Limoncello, vỏ chanh và mật ong (nếu muốn). Khuấy đều cho đến khi trộn đều.

b) Để nước ngâm vào tủ lạnh ít nhất 30 phút để hương vị hòa quyện.

c) Phục vụ món sữa chua nhúng Limoncello với trái cây tươi, bánh quy hoặc bánh quy giòn để chấm.

d) Thưởng thức nước sốt kem và thơm với một chút Limoncello.

67.Hộp cơm trưa sữa chua dâu nhúng

THÀNH PHẦN:

- 1 cốc sữa chua Hy Lạp
- ½ cốc dâu tây nghiền
- 1 muỗng canh mật ong hoặc xi-rô cây phong
- ½ muỗng cà phê chiết xuất vani

HƯỚNG DẪN:

a) Trong một cái bát, trộn sữa chua Hy Lạp, dâu tây nghiền, mật ong hoặc xi-rô cây phong và chiết xuất vani.

b) Trộn đều cho đến khi mịn và kết hợp tốt.

c) Gói sữa chua dâu bổ dưỡng nhúng vào hộp nhỏ cùng với trái cây tươi hoặc bánh quy giòn làm từ ngũ cốc nguyên hạt để chấm.

THÀNH PHẦN:

- 1 cốc sốt mayonaise
- ½ cốc sữa chua Hy Lạp nguyên chất
- 1½ muỗng cà phê hẹ khô
- 1½ muỗng cà phê mùi tây khô
- 1½ muỗng cà phê thì là khô
- ¾ thìa cà phê tỏi xay
- ¾ thìa cà phê hành tây băm
- ½ muỗng cà phê muối
- ¼ thìa cà phê tiêu đen

HƯỚNG DẪN:

a) Kết hợp tất cả các thành phần trong một bát nhỏ.

b) Cho phép ngồi trong tủ lạnh trong 30 phút trước khi phục vụ.

THÀNH PHẦN:

- 8 lát thịt xông khói không đường
- 2 chén rau bina xắt nhỏ
- 1 (8 ounce) gói kem phô mai, làm mềm
- ¼ cốc kem chua đầy đủ chất béo
- ¼ cốc sữa chua Hy Lạp nguyên chất đầy đủ chất béo
- 2 muỗng canh mùi tây tươi xắt nhỏ
- 1 thìa nước cốt chanh
- 6 tép tỏi nướng, nghiền nhuyễn
- 1 thìa cà phê muối
- ½ muỗng cà phê tiêu đen
- ½ cốc phô mai Parmesan bào

HƯỚNG DẪN:

a) Làm nóng lò ở nhiệt độ 350°F.

b) Nấu thịt xông khói trong chảo vừa trên lửa vừa cho đến khi giòn. Lấy thịt xông khói ra khỏi chảo và đặt lên đĩa có lót khăn giấy.

c) Thêm rau bina vào chảo nóng và nấu cho đến khi héo. Hủy bỏ nhiệt và đặt sang một bên.

d) Cho vào tô vừa, thêm phô mai kem, kem chua, sữa chua, mùi tây, nước cốt chanh, tỏi, muối và tiêu rồi đánh bằng máy trộn cầm tay cho đến khi hòa quyện.

e) Cắt nhỏ thịt xông khói và khuấy vào hỗn hợp phô mai kem. Khuấy rau bina và phô mai Parmesan.

f) Chuyển sang chảo nướng 8 "× 8" và nướng trong 30 phút hoặc cho đến khi nóng và sủi bọt.

THÀNH PHẦN:
- 1 hộp hỗn hợp bánh vani
- 1 ½ cốc sữa chua Hy Lạp nguyên chất
- 1 cốc topping (chẳng hạn như Cool Whip)
- ½ cốc rắc cầu vồng
- Bánh quy giòn, bánh quy hoặc trái cây để chấm

HƯỚNG DẪN:

a) Trong một bát trộn, trộn hỗn hợp bánh vani, sữa chua Hy Lạp nguyên chất và lớp phủ trên cùng. Khuấy cho đến khi kết hợp tốt và mịn.

b) Nhẹ nhàng rắc các hạt cầu vồng vào, cẩn thận không trộn quá kỹ.

c) Chuyển nước chấm vào tô phục vụ và trang trí thêm các loại rắc lên trên.

d) Ăn kèm với bánh quy graham, bánh quy hoặc trái cây để chấm.

e) Thưởng thức món nhúng bột bánh confetti mang tính lễ hội và thú vị!

71.Sữa Chua Hibiscus Nhúng

THÀNH PHẦN:
- 1 cốc sữa chua Hy Lạp hoặc sữa chua làm từ thực vật
- 2 muỗng canh xi-rô hoa dâm bụt hoặc trà hoa dâm bụt cô đặc
- 1 thìa mật ong hoặc chất ngọt tùy thích
- Trái cây tươi, chẳng hạn như lát táo, quả mọng hoặc miếng dứa để chấm

HƯỚNG DẪN:

a) Trong một cái bát, trộn sữa chua Hy Lạp, xi-rô dâm bụt hoặc trà cô đặc và mật ong cho đến khi hòa quyện.

b) Phục vụ món sữa chua dâm bụt nhúng cùng với các lát hoặc miếng trái cây tươi.

c) Nhúng trái cây vào nước chấm sữa chua dâm bụt để có một món ăn nhẹ béo ngậy và thơm.

d) Thưởng thức món sữa chua nhúng hoa dâm bụt như một lựa chọn ăn nhẹ sảng khoái và bổ dưỡng.

72.Nước chấm bưởi và sữa chua

THÀNH PHẦN:

- 1 quả bưởi, cắt múi
- 1 cốc sữa chua Hy Lạp nguyên chất
- 1 thìa mật ong
- ¼ muỗng cà phê quế xay

HƯỚNG DẪN:

a) Trong một tô trộn vừa, đánh đều sữa chua Hy Lạp, mật ong và quế.

b) Nhẹ nhàng gấp từng múi bưởi lại.

c) Ăn kèm với táo, lê hoặc bánh quy giòn cắt lát.

THÀNH PHẦN:

- 1 cốc sữa chua Hy Lạp nguyên chất
- ¼ chén lá bạc hà tươi xắt nhỏ
- 1 tép tỏi, băm nhỏ
- 1 thìa nước cốt chanh
- Muối và hạt tiêu cho vừa ăn

HƯỚNG DẪN:

a) Trong một cái bát, trộn đều sữa chua Hy Lạp, lá bạc hà cắt nhỏ, tỏi băm và nước cốt chanh cho đến khi hòa quyện.

b) Nêm nước sốt sữa chua bạc hà với muối và hạt tiêu cho vừa ăn.

c) Dùng nước sốt sữa chua bạc hà như một loại gia vị với thịt nướng và rau nướng, hoặc dùng làm nước chấm cho khoai tây chiên hoặc rau.

MÓN CHÍNH

74.Súp đậu đen dâm bụt

THÀNH PHẦN:

● 2 chén đậu đen nấu chín
● 4 chén nước luộc rau
● 1 cốc cà chua thái hạt lựu (đóng hộp hoặc tươi)
● ½chén ớt chuông thái hạt lựu
● ½cốc hành tây thái hạt lựu
● 2 tép tỏi, băm nhỏ
● 2 muỗng canh dầu ô liu
● 2 muỗng canh trà dâm bụt (ủ mạnh và để nguội)
● 1 thìa cà phê thì là xay
● ½muỗng cà phê ớt bột
● Muối và hạt tiêu cho vừa ăn
● Rau mùi tươi để trang trí
● Kem chua hoặc sữa chua Hy Lạp

HƯỚNG DẪN:

a) Trong một nồi lớn, đun nóng dầu ô liu trên lửa vừa. Thêm hành tây thái hạt lựu, ớt chuông và tỏi băm.

b) Xào cho đến khi hành tây trong suốt và ớt hơi mềm.

c) Cho đậu đen đã nấu chín, cà chua thái hạt lựu, nước luộc rau, trà dâm bụt, thì là xay và ớt bột vào nồi. Khuấy đều để kết hợp.

d) Đun sôi hỗn hợp, sau đó giảm nhiệt và đun nhỏ lửa trong khoảng 15-20 phút để các hương vị hòa quyện với nhau.

e) Sử dụng máy xay ngâm hoặc máy xay đặt trên bàn, trộn súp cho đến khi mịn và như kem. Nếu sử dụng máy xay đặt trên bàn, hãy làm theo mẻ và cẩn thận khi trộn chất lỏng nóng.

f) Cho súp trở lại nồi và nêm muối và hạt tiêu cho vừa ăn. Đun nhỏ lửa thêm 5 phút.

g) Múc súp đậu đen ngâm hoa dâm bụt vào bát và trang trí với ngò tươi.

h) Thêm một ít kem chua hoặc sữa chua Hy Lạp.

i) Ăn nóng với bánh mì giòn hoặc bánh tortilla.

75.Bánh mì thịt cừu sốt sữa chua

THÀNH PHẦN:
SỐT SỮA CHUA
- 1 tép tỏi, băm nhuyễn
- 1½ cốc sữa chua Hy Lạp nguyên chất
- 2 muỗng canh dầu ô liu
- 2 thìa nước cốt chanh tươi
- 2 thìa cà phê mật ong
- Muối kosher

BÁNH THỊT VÀ HỘI
- Dầu ô liu
- 5 củ hành lá, 3 củ thái nhỏ, 2 củ thái mỏng theo đường chéo
- 1 trứng lớn
- 2 muỗng canh bột cà chua
- 1 thìa cà phê rau mùi đất
- 1 thìa cà phê thì là xay
- ¼ muỗng cà phê quế xay
- 2 thìa canh ngò xắt nhỏ, cộng thêm ⅓ cốc lá ngò
- 2 muỗng canh rau mùi tây cắt nhỏ, cộng thêm ⅓ cốc lá mùi tây
- ½ thìa cà phê ớt bột Tây Ban Nha hun khói nóng
- 1½ pound thịt cừu xay
- Muối kosher
- 1 thìa nước cốt chanh tươi

HƯỚNG DẪN:
SỐT SỮA CHUA
a) Trộn tỏi, sữa chua, dầu, nước cốt chanh và mật ong vào một cái bát nhỏ; nêm nước sốt với muối.

b) Đậy nắp và để nguội trong khi làm bánh mì thịt.

BÁNH THỊT VÀ HỘI
c) Làm nóng lò ở nhiệt độ 350°. Lót giấy nướng lên khay nướng và phết nhẹ một lớp dầu. Trộn hành lá xắt nhỏ, trứng, bột cà chua, rau mùi, thì là, quế, 2 thìa ngò xắt nhỏ, 2 thìa rau mùi tây cắt nhỏ và ½ thìa cà phê ớt bột vào tô vừa.

d) Đặt thịt cừu vào tô lớn, sau đó ấn nhẹ dọc theo thành bát. Dùng ngón tay tạo những vết lõm nhỏ trên thịt và rắc muối đều, giơ tay lên phía trên bát để muối được phân bổ đều. Thêm hỗn hợp hành lá vào bát và gấp thịt xuống hỗn hợp. Trộn bằng tay cho đến khi phân bố đều. Chuyển hỗn hợp bánh mì thịt vào khay nướng đã chuẩn bị sẵn và tạo thành khúc có kích thước khoảng 8x3½". Quét dầu vào bánh mì thịt và nướng cho đến khi nước ép tiết ra và cắm nhiệt kế đọc tức thời vào phần dày nhất ghi 140°, 35–40 phút.

e) Lấy bánh mì thịt ra khỏi lò và tăng nhiệt độ lò lên 500°. (Để lò nướng đạt đến nhiệt độ trước khi cho bánh mì thịt vào lại. Điều này sẽ giúp lớp trên của bánh chín vàng đẹp hơn mà không bị chín quá.) Nướng bánh mì thịt cho đến khi mặt trên có màu nâu vàng và nhiệt kế đọc ngay ghi 160°, khoảng 5 phút. Chuyển bánh mì thịt sang thớt và để yên 10 phút trước khi cắt.

f) Trong khi đó, cho hành lá thái lát, nước cốt chanh, ⅓ cốc lá ngò và ⅓ cốc lá mùi tây vào tô nhỏ để trộn đều. Rưới một ít dầu; nêm muối và quăng lại.

g) Trải sữa chua ra đĩa và xếp các lát bánh mì thịt lên trên. Phủ salad thảo mộc lên trên và rắc một ít ớt bột.

THÀNH PHẦN:

- 2 quả trứng sư tử Anh lớn, đánh bông
- 1 muỗng canh thì là hoặc hẹ tươi xắt nhỏ
- Một chút muối và hạt tiêu đen mới xay
- Một giọt dầu ô liu
- 2 thìa sữa chua Hy Lạp không béo
- Một ít vỏ bào và vắt nước cốt chanh
- 40g cá hồi hun khói, cắt thành dải
- Một nắm cải xoong, rau chân vịt và salad lá rocket

HƯỚNG DẪN:

a) Trong một cái bình đánh trứng, thảo mộc, muối và hạt tiêu. Làm nóng chảo chống dính, cho dầu vào, sau đó đổ trứng vào nấu trong một phút hoặc cho đến khi trứng ở trên vừa chín.

b) Lật lại và nấu thêm một phút nữa cho đến khi đế vàng. Chuyển sang bảng để nguội.

c) Trộn sữa chua với vỏ chanh, nước ép và nhiều hạt tiêu đen xay. Rải cá hồi hun khói lên lớp trứng, phủ lá lên trên và rưới hỗn hợp sữa chua lên.

d) Cuộn màng bọc trứng lại và bọc trong giấy để thưởng thức.

77.Cơm chanh cá hồi áp chảo

THÀNH PHẦN:

CƠM

- 2 chén cơm
- 4 chén nước luộc gà
- ½ thìa cà phê tiêu trắng
- ½ thìa cà phê bột tỏi
- 1 củ hành trắng nhỏ, thái nhỏ
- 1 thìa cà phê vỏ chanh bào mịn
- 2 muỗng canh nước cốt chanh, mới vắt

CÁ HỒI

- 4 phi lê cá hồi, bỏ xương
- Muối và hạt tiêu cho vừa ăn
- 2 muỗng canh dầu ô liu nguyên chất

nước sốt thì là

- ½ cốc sữa chua Hy Lạp, loại ít béo
- 1 muỗng canh nước cốt chanh, mới vắt
- 1 muỗng canh hành lá, thái nhỏ
- 2 thìa lá thì là tươi, thái nhỏ
- 1 muỗng cà phê vỏ chanh tươi

HƯỚNG DẪN:

a) Trộn tất cả nguyên liệu làm nước sốt thì là vào một cái bát nhỏ. Cho vào tủ lạnh ít nhất 15 phút.

b) Trong một chiếc nồi cỡ vừa, đun sôi nước luộc gà. Cho gạo, tỏi, hành tây và tiêu trắng vào và khuấy nhẹ.

c) Đậy nắp nồi và nấu cho đến khi cơm ngấm hết nước luộc gà.

d) Khi nước dùng đã ngấm hết, bạn cho vỏ chanh và nước cốt vào rồi khuấy đều để hòa quyện. Đậy nắp lại và nấu cơm thêm 5 phút nữa.

e) Trong một chảo lớn, đun nóng dầu ô liu ở lửa nhỏ. Nêm cá hồi với muối và hạt tiêu trước khi chiên. Nấu cá hồi trong 5-8 phút mỗi bên hoặc cho đến khi đạt độ chín mong muốn.

f) Ăn cá hồi áp chảo với cơm và nước sốt.

THÀNH PHẦN:

- 213 gram cá hồi Alaska đỏ đóng hộp
- 2 quả bơ chín gọt vỏ và cắt đôi
- 1 Vôi; nước ép
- 25 gram Xoăn dai dẳng
- 50 gram dưa chuột; gọt vỏ và thái hạt lựu
- ½ muỗng cà phê bạc hà tươi cắt nhỏ
- 2 thìa sữa chua Hy Lạp
- Để ráo hộp cá hồi, bẻ cá thành từng miếng lớn và đặt sang một bên.

HƯỚNG DẪN:

a) Loại bỏ những viên đá bơ. Cắt theo chiều dọc từ đầu tròn. Không cắt hoàn toàn qua đầu hẹp.

b) Cắt mỗi nửa thành 5 miếng, bày ra đĩa và trải các lát ra như hình quạt.

c) Chải với nước cốt chanh.

d) Xếp rau diếp quăn vào đĩa và đặt vảy cá hồi lên trên.

e) Trộn dưa chuột, bạc hà và sữa chua. Đổ vào món salad.

f) Phục vụ cùng một lúc.

79.Salad trái cây và tôm nhiều lớp

THÀNH PHẦN:

- 1 quả dưa Galia chín, cắt thành từng miếng và hạt
- 1 quả xoài chín lớn, gọt vỏ và thái lát
- 200 gram tôm cỡ lớn, rã đông
- 4 thìa sữa chua Hy Lạp tự nhiên
- 1 muỗng canh cà chua hoặc cà chua sấy khô xay nhuyễn
- 2 thìa sữa
- Muối và hạt tiêu đen mới xay
- 2 muỗng canh rau mùi tươi xắt nhỏ

HƯỚNG DẪN:

a) Loại bỏ phần thịt dưa thành một miếng và cắt theo chiều ngang thành 4-5 lát. Xếp dưa với xoài thái lát thành hình bán nguyệt trên bốn đĩa.

b) Chia tôm thành từng hình bán nguyệt trái cây.

c) Trộn các nguyên liệu làm nước sốt và đổ lên một mặt của trái cây để tạo thành hình vẽ hấp dẫn. Rắc rau mùi và để lạnh cho đến khi cần.

THÀNH PHẦN:
- 1 quả thanh long to, chín
- ⅓ cốc sữa chua Hy Lạp 2%
- 2 muỗng canh sốt mayonaise
- Nước cốt của ½ quả chanh
- 1 thìa cà phê mật ong
- ½ muỗng cà phê gừng tươi xay
- ½ thìa cà phê muối kosher
- 1 quả táo Granny Smith nhỏ, bỏ lõi và cắt thành miếng ½ inch
- ½ chén nho đỏ không hạt, cắt đôi
- ½ chén lá ngò tươi, xắt nhỏ
- ⅓ cốc hạt điều, xắt nhỏ
- 4 lá Bibb hoặc rau xà lách

HƯỚNG DẪN:

a) Thanh long làm tư theo chiều dọc. Đưa ngón tay vào dưới da, kéo lại và bóc thành 1 miếng. Cắt mỗi phần tư thành các hình tam giác dày ¼ inch.

b) Đánh đều sữa chua, sốt mayonnaise, nước cốt chanh, mật ong, gừng và muối trong một tô lớn. Thêm táo, nho, ¾ miếng thanh long và ¾ ngò và hạt điều vào. Trộn đều rồi cho vào tủ lạnh khoảng 1 tiếng cho nguội.

c) Đặt một lá rau diếp vào mỗi trong số 4 bát nhỏ và đặt một muỗng salad lên trên mỗi bát. Trang trí với thanh long, ngò và hạt điều còn lại.

81.Gỏi Thanh Long Cua

THÀNH PHẦN:
- 1 quả thanh long, thái hạt lựu
- ½ pound thịt cua
- ¼ cốc sốt mayonaise
- ¼ cốc sữa chua Hy Lạp
- 2 thìa hẹ xắt nhỏ
- 1 thìa nước cốt chanh
- Muối và hạt tiêu cho vừa ăn

HƯỚNG DẪN:

a) Trong một bát vừa, kết hợp sốt mayonnaise, sữa chua Hy Lạp, hẹ, nước cốt chanh, muối và hạt tiêu.

b) Nhẹ nhàng cho thanh long thái hạt lựu và thịt cua vào.

c) Thư giãn ít nhất 30 phút trước khi phục vụ.

THÀNH PHẦN:

- Bánh ngô nguyên cám (nhỏ)
- Nước
- quế xay
- Đường
- Sữa chua Hy Lạp (hương vani)
- Lựa chọn trái cây tươi (thái hạt lựu):
- Dâu tây
- Xoài
- Dứa
- Trái kiwi

HƯỚNG DẪN:

a) Làm nóng lò ở nhiệt độ 325°F.

b) Dùng khuôn cắt bánh quy bằng nhựa tròn, cắt những vòng tròn nhỏ từ bánh ngô nguyên hạt (khoảng 2 chiếc cho mỗi chiếc bánh ngô nhỏ).

c) Đặt những chiếc bánh ngô nhỏ này lên chảo nướng. Đổ nước vào một cái bát nhỏ; Dùng chổi phết nhẹ nước lên mặt trên của bánh ngô.

d) Trộn một lượng nhỏ quế xay và đường vào tô; Phủ hỗn hợp quế và đường lên bánh ngô ẩm.

e) Dùng kẹp treo từng chiếc bánh tortilla lên giá lưới trong lò nướng bánh mì, để các cạnh của bánh tortilla rơi vào giữa hai thanh kim loại trên giá.

f) Nướng khoảng. 5–7 phút, kiểm tra bánh ngô định kỳ.

g) Dùng kẹp nhấc bánh ngô ra khỏi giá và chuyển chúng sang giá làm mát; bánh ngô phải được giữ ở tư thế lộn ngược này để nguội, đây là bước cuối cùng trong việc tạo hình dạng bánh taco.

h) Chuyển vỏ bánh taco đã nguội vào đĩa và đặt một ít sữa chua Hy Lạp vani vào vỏ bánh tortilla; dùng thìa dàn đều và phủ kín phần đáy và các cạnh của vỏ.

i) Múc trái cây yêu thích của bạn vào vỏ và thưởng thức!

THÀNH PHẦN:

- 1 chén gạo lứt hạt dài
- 3 muỗng canh dầu ô liu sốt mayonnaise
- 3 thìa sữa chua Hy Lạp
- 1 muỗng canh sốt sriracha, hoặc nhiều hơn tùy khẩu vị
- 1 muỗng canh nước cốt chanh
- 2 muỗng cà phê nước tương giảm natri
- Hai lon cá ngừ 5 ounce để ráo nước và rửa sạch
- Muối Kosher và hạt tiêu đen mới xay, vừa ăn
- 2 chén cải xoăn thái nhỏ
- 1 muỗng canh hạt mè rang
- 2 muỗng cà phê dầu mè nướng
- 1½ cốc dưa chuột kiểu Anh thái hạt lựu
- ½ chén gừng ngâm
- 3 củ hành xanh, thái lát mỏng
- ½ chén nori rang cắt nhỏ

HƯỚNG DẪN:

a) Nấu cơm theo hướng dẫn trên bao bì với 2 cốc nước cho vào nồi vừa, đặt sang một bên.

b) Trong một bát nhỏ, trộn đều sốt mayonnaise, sữa chua, sriracha, nước cốt chanh và nước tương. Múc 2 thìa hỗn hợp sốt mayonnaise vào tô thứ hai, đậy nắp và để trong tủ lạnh. Khuấy cá ngừ vào hỗn hợp mayo còn lại và trộn nhẹ nhàng để kết hợp, nêm muối và hạt tiêu cho vừa ăn.

c) Trong một bát vừa, trộn cải xoăn, hạt vừng và dầu mè, rồi nêm muối và hạt tiêu cho vừa ăn.

d) Chia cơm vào các hộp đựng chuẩn bị bữa ăn. Phủ hỗn hợp cá ngừ, hỗn hợp cải xoăn, dưa chuột, gừng, hành lá và rong biển nori lên trên. Làm lạnh tối đa 3 ngày.

e) Khi dùng, rưới hỗn hợp sốt mayonnaise lên.

MÓN TRÁNG MIỆNG

THÀNH PHẦN:

- 2 cốc sữa chua Hy Lạp
- ¼ cốc mật ong
- ¼ cốc thanh Snickers cắt nhỏ
- ¼ chén đậu phộng rang, cắt nhỏ

HƯỚNG DẪN:

a) Trong một bát trộn, trộn sữa chua Hy Lạp và mật ong.

b) Khuấy các thanh Snickers cắt nhỏ và đậu phộng rang.

c) Đổ hỗn hợp vào hộp đựng an toàn trong tủ đông.

d) Để đông trong 2-3 giờ, khuấy 30 phút một lần để tránh hình thành tinh thể đá.

e) Sau khi đông lạnh, hãy để nó ở nhiệt độ phòng trong vài phút trước khi dùng.

85.Sữa chua đông lạnh việt quất Limoncello

THÀNH PHẦN:
- 2 cốc sữa chua Hy Lạp nguyên chất
- ½ cốc rượu Limoncello
- ½ cốc mật ong
- 1 thìa nước cốt chanh tươi
- 1 cốc quả việt quất tươi

HƯỚNG DẪN:

a) Trong một bát trộn, trộn đều sữa chua Hy Lạp, rượu mùi Limoncello, mật ong và nước cốt chanh cho đến khi hòa quyện.

b) Đổ hỗn hợp vào máy làm kem và khuấy theo hướng dẫn của nhà sản xuất.

c) Trong vài phút cuối cùng của quá trình khuấy, thêm quả việt quất tươi vào và tiếp tục khuấy cho đến khi phân bố đều.

d) Chuyển sữa chua đông lạnh vào hộp kín và để đông thêm 2-3 giờ cho sữa đông lại.

e) Phục vụ sữa chua đông lạnh Limoncello với quả việt quất tươi ở trên.

86.Mousse sữa chua Hy Lạp Marshmallow

THÀNH PHẦN:
- 250 g kẹo dẻo tẩm rượu vodka
- 200ml nửa rưỡi
- ½ cốc sữa chua Hy Lạp
- 3 giọt gel thực phẩm màu tím, tùy chọn
- 3 giọt gel thực phẩm màu hồng, tùy chọn
- 3 giọt gel thực phẩm màu cam, tùy chọn

HƯỚNG DẪN:

a) Ở nhiệt độ thấp, nấu từ từ kẹo dẻo và 2 thìa nửa & nửa trong nồi nhỏ trong khi khuấy liên tục. Chúng có thể dễ dàng cháy nên hãy chú ý đến chúng.

b) Tắt bếp và tiếp tục khuấy nếu chúng trông như có thể bị cháy.

c) Khi kẹo dẻo đã tan chảy và hỗn hợp mịn, để nguội trong 5 phút.

d) Thêm nửa rưỡi còn lại và sữa chua vào trộn đều.

e) Tùy theo số lớp mà chia hỗn hợp ra các bát và tô màu bằng gel màu tím, hồng, cam.

f) Để xếp lớp, nhẹ nhàng múc lớp đầu tiên vào ly phục vụ. Thư giãn trong 5-10 phút. Lặp lại với các lớp còn lại.

g) Làm lạnh cho đến khi cần thiết.

87.Bữa sáng sinh nhật Sundaes

THÀNH PHẦN:
- 2 cốc sữa chua vani hoặc sữa chua Hy Lạp
- 1 cốc granola hoặc ngũ cốc tùy thích
- Quả mọng tươi (chẳng hạn như dâu tây, quả việt quất hoặc quả mâm xôi)
- chuối cắt lát
- Kem đánh
- rắc cầu vồng
- Xi-rô cây phong hoặc mật ong (tùy chọn)

HƯỚNG DẪN:
a) Trong bát hoặc ly phục vụ riêng lẻ, hãy bắt đầu bằng cách thêm một lớp sữa chua vani ở dưới cùng.

b) Rắc một lượng lớn granola hoặc ngũ cốc lên trên lớp sữa chua.

c) Thêm một lớp quả mọng tươi và chuối cắt lát lên trên món granola.

d) Lặp lại các lớp cho đến khi đầy bát hoặc ly, kết thúc bằng một lớp sữa chua ở trên.

e) Phủ lên mỗi chiếc kem một lớp kem đánh bông.

f) Rắc cầu vồng lên trên kem đánh bông để tăng thêm cảm giác lễ hội.

g) Rưới một lượng nhỏ xi-rô phong hoặc mật ong lên kem để tăng thêm vị ngọt nếu muốn.

h) Trang trí thêm các loại quả mọng tươi và rắc granola hoặc ngũ cốc lên trên.

i) Phục vụ bữa sáng sinh nhật ngay lập tức và thưởng thức sự kết hợp thú vị giữa sữa chua kem, granola giòn và trái cây tươi.

88.Đồ ngốc xoài và sữa chua

THÀNH PHẦN:

- 2 quả xoài chín, gọt vỏ và thái hạt lựu
- 2 muỗng canh đường cát
- 1 cốc sữa chua nguyên chất
- 1 cốc kem tươi
- 1 muỗng cà phê chiết xuất vani
- Lá bạc hà tươi để trang trí (tùy chọn)

HƯỚNG DẪN:

a) Trong máy xay sinh tố hoặc máy chế biến thực phẩm, xay nhuyễn một quả xoài cho đến khi mịn. Để qua một bên.

b) Trong một tô trộn, trộn xoài thái hạt lựu với đường cát. Trộn đều cho đường phủ xoài và để yên trong vài phút để xoài tiết ra nước.

c) Trong một bát riêng, đánh đều sữa chua nguyên chất và chiết xuất vani cho đến khi mịn.

d) Nhẹ nhàng trộn kem đã đánh bông vào hỗn hợp sữa chua cho đến khi hòa quyện.

e) Thêm xoài xay nhuyễn vào hỗn hợp sữa chua và kem. Nhẹ nhàng xoáy nó vào để tạo hiệu ứng cẩm thạch.

f) Chia hỗn hợp xoài và sữa chua vào ly hoặc bát.

g) Phủ xoài thái hạt lựu có đường lên trên, chia đều cho các phần ăn.

h) Trang trí bằng lá bạc hà tươi nếu thích.

i) Làm lạnh xoài và sữa chua trong ít nhất 1 giờ để hương vị hòa quyện và món tráng miệng nguội đi.

j) Phục vụ xoài và sữa chua ướp lạnh.

89.Kem que Matcha, Yuzu và Xoài

THÀNH PHẦN:
- 2 thìa cà phê trà matcha
- 1½ cốc xoài đông lạnh
- 5 lá bạc hà nhỏ
- 1 hộp nhỏ sữa chua Hy Lạp nguyên chất
- ½ cốc sữa hạnh nhân không đường
- 1 thìa mật ong

HƯỚNG DẪN:
a) Đầu tiên, hãy lấy khuôn kem que ra và sẵn sàng sử dụng!

b) Cho tất cả nguyên liệu vào máy xay và xay cho đến khi mịn. Việc này có thể mất vài phút tùy thuộc vào máy xay của bạn.

c) Đổ hỗn hợp vào khuôn kem que và để đông qua đêm.

d) Ngày hôm sau, ngâm kem que dưới nước nóng trong vài giây để dễ dàng lấy kem ra khỏi khuôn.

e) Ăn và thưởng thức!

90.Bánh phô mai chanh dây không nướng

THÀNH PHẦN:

ĐỐI VỚI CƠ SỞ BISCUIT

- 200 g bánh quy Gingernut hay còn gọi là gingersnaps
- 100 g bơ

ĐỂ LÀM BÁNH Phô Mai

- 400 g phô mai kem Philadelphia đầy đủ chất béo
- 100g đường cát
- 2 lá Gelatin loại Platinum, dùng 3 để cứng hơn
- 200 ml Kem đôi
- 100 g sữa chua Hy Lạp
- 15ml nước cốt chanh
- 2 thìa cà phê bột đậu vani
- 100ml chanh dây xay nhuyễn

ĐỐI VỚI MÓN THỦY THIẾT BỊ TRÁI CÂY

- 100ml chanh dây xay nhuyễn
- 100ml cùi chanh dây
- 75g đường bột
- 2 lá gelatin

HƯỚNG DẪN:

BÁNH QUYỀN

a) Xử lý bánh quy gừng trong máy xay thực phẩm cho đến khi chúng giống như vụn bánh mì mịn.

b) Đun chảy bơ và trộn vào vụn bánh quy.

c) Múc hỗn hợp này vào đáy khuôn nướng và ấn xuống cho đều.

BÁNH PHÔ MAI

a) Cho 2 lá gelatin vào tô chứa đầy nước lạnh. Để trong 5-19 phút cho đến khi mềm.

b) Đánh kem phô mai và đường với nhau cho đến khi mịn.

c) Thêm sữa chua Hy Lạp và bột đậu vani vào rồi trộn đều.

d) Tiếp theo, đun nóng chanh dây xay nhuyễn và nước cốt chanh trong chảo cho đến khi ấm.

e) Xả các tấm gelatin ra khỏi nước, cho vào chảo và trộn cho đến khi hòa tan.

f) Đánh nước ép trái cây vào bột bánh phô mai – đánh thật nhanh sau khi đổ chất lỏng vào để tránh bột bắt đầu đông kết.

g) Thêm kem vào và đánh cho đến khi đủ đặc để có thể đặt thìa vào.

h) Đổ từng thìa lên đế bánh quy và dùng dao cùn san bằng. Thư giãn trong 3 giờ.

THỦY LUYỆN TRÁI TRÁI CÂY

a) Cho 2 lá gelatine còn lại vào nước lạnh cho mềm.

b) Cho chanh dây xay nhuyễn và cùi chanh tươi vào chảo nhỏ cùng với đường rồi đun nóng ở nhiệt độ khoảng 60C/ 120F cho đến khi đường tan.

c) Để ráo gelatin, cho vào chảo và khuấy đều cho tan.

d) Để nguội khoảng 40C/ 80F rồi đổ lên trên mặt bánh phô mai.

e) Cho bánh vào tủ lạnh thêm 3 tiếng nữa.

91.Bánh tart hải sản Alaska

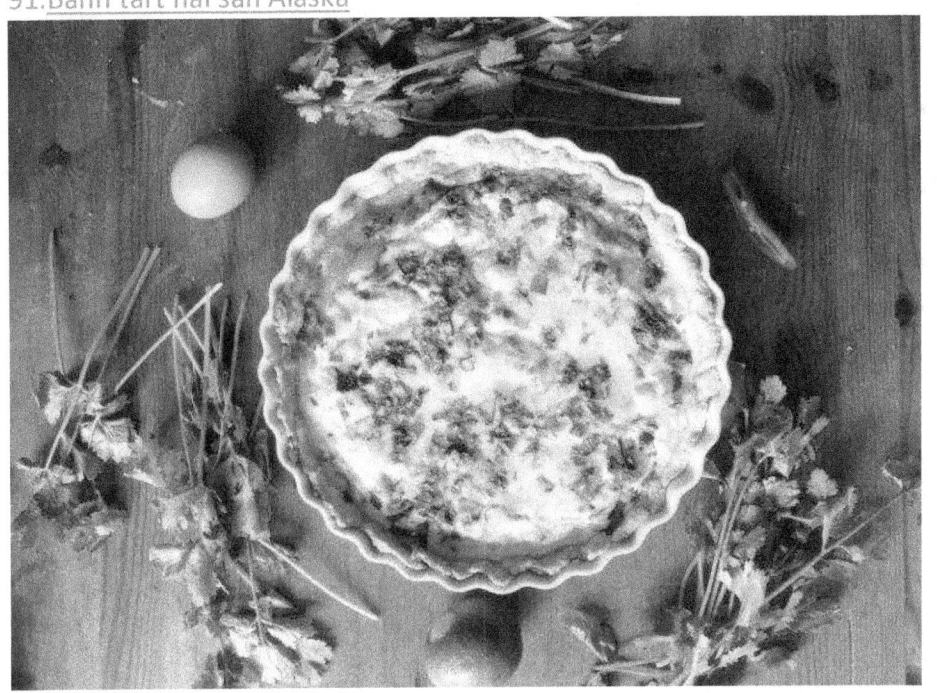

THÀNH PHẦN:

- 418 gram cá hồi Alaska đóng hộp
- 350 gram bánh filo gói
- 3 muỗng canh dầu óc chó
- 15 gram bơ thực vật
- 25 gram bột mì nguyên chất
- 2 thìa sữa chua Hy Lạp
- 175 gam hải sản dạng que; băm nhỏ
- 25 gram quả óc chó, cắt nhỏ
- 100 gram Parmesan bào

HƯỚNG DẪN:

a)   Quét dầu lên từng tấm bánh filo và gấp thành 16 ô vuông có kích thước 12,5 cm / 5 inch. Đặt một hình vuông vào mỗi đĩa bánh, chừa các góc nhọn nhô ra ngoài mép.

b)   Quét một lớp dầu sau đó đặt miếng bánh ngọt hình vuông thứ hai lên hình vuông thứ nhất, nhưng với các góc hướng lên trên giữa các hình vuông ban đầu để tạo hiệu ứng hoa súng.

c)   Giảm nhiệt độ lò xuống 150 C, 300 F, vạch Gas 2. Đun chảy bơ thực vật và cho bột mì vào khuấy đều. Cho cá vào, đánh đều để loại bỏ vón cục.

d)   Khuấy sữa chua, hải sản, quả óc chó và cá hồi vẩy vào nước sốt rồi chia đều cho 8 vỏ bánh ngọt.

e)   Rắc vụn bánh mì lên trên rồi cho vào lò nướng khoảng 5-8 phút

92.Kem bánh quy Amaretti

Khoảng 6 phần ăn

THÀNH PHẦN:
- Hộp sữa trứng làm sẵn 500g, ướp lạnh
- 250g/9 oz sữa chua Hy Lạp nguyên chất, ướp lạnh
- Bánh quy amaretti 115g/4 oz

HƯỚNG DẪN:
a) Cho sữa trứng và sữa chua vào một cái bình lớn rồi dùng máy đánh trứng khuấy đều.

b) Nghiền bánh quy amaretti thành vụn mịn (dùng máy xay hoặc máy xay hoặc đơn giản là cho chúng vào túi nhựa đựng thực phẩm và dùng cán lăn nghiền nhẹ).

c) Khuấy vụn bánh quy vào hỗn hợp sữa trứng và sữa chua.

d) Đổ hỗn hợp vào máy làm kem và đông lạnh theo hướng dẫn.

e) Chuyển sang thùng chứa thích hợp và đông lạnh cho đến khi cần thiết.

THÀNH PHẦN:

- 1 muỗng gelato sữa chua Hy Lạp hoặc sữa chua đông lạnh
- 1 ly ouzo (rượu mùi hồi)
- 1 ly espresso
- Mật ong

HƯỚNG DẪN:

a) Đặt một muỗng gelato sữa chua Hy Lạp hoặc sữa chua đông lạnh vào ly phục vụ.

b) Đổ một ít ouzo lên gelato.

c) Thêm một tách espresso nóng.

d) Mưa phùn với mật ong.

e) Phục vụ ngay lập tức và thưởng thức sự kết hợp lấy cảm hứng từ Hy Lạp của sữa chua, hoa hồi và cà phê espresso.

THÀNH PHẦN:

- 150g quả sung khô ăn liền
- Phô mai mascarpone hộp 250g
- 200g hộp sữa chua Hy Lạp
- 2 muỗng canh đường muscovado nhẹ
- 2 muỗng canh rượu rum đen

HƯỚNG DẪN:

a) Cho quả sung vào máy xay thực phẩm hoặc máy xay sinh tố. Thêm phô mai mascarpone, sữa chua, đường và rượu rum. Trộn cho đến khi mịn, cạo các cạnh khi cần thiết.

b) Đậy nắp và để lạnh trong khoảng 30 phút cho đến khi nguội.

c) Đổ hỗn hợp vào máy làm kem và đông lạnh theo hướng dẫn.

d) Chuyển sang thùng chứa thích hợp và đông lạnh cho đến khi cần thiết.

THÀNH PHẦN:
- Sữa chua Hy Lạp hộp 200g, ướp lạnh
- Hộp kem đôi 284ml, ướp lạnh
- 85g/3 oz đường bột
- 4 muỗng canh rượu mùi cam
- 1 muỗng canh nước hoa cam
- 1 muỗng canh nước hoa hồng
- 1 quả chanh nhỏ

HƯỚNG DẪN:
a) Đổ sữa chua và kem vào một cái bình lớn.

b) Dùng máy đánh trứng khuấy đều đường, rượu mùi, nước hoa cam và nước hoa hồng.

c) Cắt đôi quả chanh và vắt lấy nước cốt. Khuấy vào bình.

d) Đậy nắp và để lạnh trong 20–30 phút hoặc cho đến khi nguội hẳn.

e) Đổ hỗn hợp vào máy làm kem và đông lạnh theo hướng dẫn.

f) Chuyển sang thùng chứa thích hợp và đông lạnh cho đến khi cần thiết.

THÀNH PHẦN:

ĐỐI VỚI PANNA COTTA:

- 1 cốc kem đặc
- 1/3 chén đường
- 1/8 muỗng cà phê muối
- 1 muỗng cà phê chiết xuất vani
- 1 phong bì gelatin không có hương vị
- 2 cốc sữa chua Hy Lạp

CHO NGÀY PURÉE:

- 2 cốc chà là (rỗ & ngâm trong nước sau đó tạo thành hỗn hợp sệt trong máy xay)
- nếm đường
- 1 muỗng canh bột bắp

HƯỚNG DẪN:

a) Trong một bát nhỏ, trộn 1 phong bì gelatin với 3 thìa nước và để yên trong 5 phút.

b) Trong chảo nước sốt trộn kem đặc, đường, muối và chiết xuất vani. Nấu khoảng 5 phút (khuấy liên tục) trên lửa vừa cho đến khi đường tan hoàn toàn. Bạn không cần phải đun sôi mà chỉ đun nóng đủ để trộn tất cả nguyên liệu.

c) Tắt bếp cho gelatin đã hòa tan vào hỗn hợp, khuấy đều cho đến khi hòa quyện.

d) Thêm 2 cốc sữa chua Hy Lạp và khuấy đều cho đến khi thu được hỗn hợp mịn.

e) Chia hỗn hợp này thành 4 ly và để trong tủ lạnh trong vài giờ.

NGÀY PURÉE:

f) Cho hỗn hợp chà là và đường xay vào chảo, đun sôi và nấu trong khoảng 3-4 phút.

g) Trộn bột ngô với 3 thìa nước rồi cho vào nước sốt. Khuấy đều trong một phút rồi tắt lửa. Để nước sốt nguội rồi rưới lên trên Panna Cotta đã ướp lạnh.

h) Che lại bằng màng bọc thực phẩm và để lạnh trong vài giờ nữa.

i) Trước khi phục vụ món tráng miệng, phủ chà là cắt nhỏ và lá bạc hà lên trên.

97.Kem que Açaí

THÀNH PHẦN:

- 3½-4 cốc quả mọng tươi trộn dâu tây, quả mâm xôi, quả việt quất và quả mâm xôi
- ¾ cốc sữa chua Hy Lạp nguyên chất hoặc vani
- ½ cốc sữa
- ¼ cốc đường mía hoặc đường thay thế
- 2 thìa bột Açaí hoặc 1 gói Açaí đông lạnh

HƯỚNG DẪN:

a) Chuẩn bị trái cây bằng cách rửa sạch. Cắt bỏ cuống dâu tây.

b) Cho vào máy xay tốc độ cao, thêm quả mọng, sữa chua, sữa, đường và bột Açaí. Trộn cho đến khi mịn và hạt vỡ ra trong khoảng 2 phút.

c) Đổ vào khuôn kem que. Dán que kem vào giữa mỗi khuôn.

d) Đóng băng cho đến khi đông lạnh hoàn toàn.

e) Lấy kem que ra khỏi khuôn và thưởng thức.

f) Bảo quản trong tủ đông trong hộp kín hoặc Ziploc trong tối đa 3 tháng.

98.Kẹo sữa chua giòn

THÀNH PHẦN:
- 1 cốc mật ong đặc tốt
- 3 cốc sữa chua Hy Lạp đặc
- 1 cốc kem đặc, đánh nhẹ
- 1 muỗng cà phê chiết xuất vani nguyên chất
- rắc kẹo

HƯỚNG DẪN:

a)   Làm ấm mật ong thật nhẹ để làm mềm nó. Khuấy sữa chua, kem đánh bông và vani rồi đổ vào hộp nông để đông lạnh, khuấy bằng nĩa một hoặc hai lần. Để đông trong 1 giờ, dùng nĩa bẻ ra và đông lạnh thêm một giờ nữa cho đến khi cứng lại nhưng có thể ăn được.

b)   Lót một tấm giấy chống dính vào chảo. Đặt các khuôn cắt bánh quy có hình con vật hoặc các loại bánh quy khác lên chảo và đổ kem vào, đảm bảo làm phẳng phần ngọn.

c)   Nhanh chóng đưa nó vào tủ đông trong 1 đến 2 giờ cho đến khi thực sự cứng lại.

d)   Khi đã sẵn sàng phục vụ, hãy cẩn thận đẩy kem ra khỏi khuôn lên đĩa lạnh như đá. Để 1 hoặc 2 phút cho bề mặt bắt đầu mềm.

e)   Sau đó, dùng một hoặc hai xiên gỗ nhúng một hoặc hai mặt vào bát rắc rắc. Hãy cho chúng vào tủ đông ngay lập tức vì chúng sẽ bắt đầu tan chảy rất nhanh.

f)   Để phục vụ, hãy nhét một que kem vào mỗi cái.

THÀNH PHẦN:

- 1 cốc quả mâm xôi tươi
- ½ cốc sữa chua Hy Lạp vani
- ¼ cốc mật ong
- ¼ cốc sữa hạnh nhân

HƯỚNG DẪN:

a) Trong máy xay sinh tố, kết hợp quả mâm xôi, sữa chua Hy Lạp, mật ong và sữa hạnh nhân. Xay đến khi mịn.

b) Đổ hỗn hợp vào khuôn kem que, chừa một ít khoảng trống ở phía trên để khuôn nở ra.

c) Chèn que kem và để đông trong ít nhất 4 giờ hoặc cho đến khi đông cứng hoàn toàn.

d) Để lấy kem que ra khỏi khuôn, hãy ngâm chúng dưới nước ấm trong vài giây cho đến khi chúng dễ dàng bong ra.

THÀNH PHẦN:

- Phô mai kem 4 ounce, làm mềm
- 1 cốc sữa chua Hy Lạp nguyên chất và nhiều hơn nữa để phủ lên trên
- 1 cốc bí ngô xay nhuyễn
- ¼ cốc xi-rô cây phong
- 1 muỗng cà phê chiết xuất vani
- 2 thìa cà phê quế xay
- 1 thìa cà phê gừng xay
- ½ muỗng cà phê hạt nhục đậu khấu
- Muối biển tốt
- 1 cốc ngũ cốc
- Hạt bí ngô nướng
- Hồ đào xắt nhỏ
- Hạt lựu
- Ngòi cacao

HƯỚNG DẪN:

a) Thêm phô mai kem, sữa chua, bí ngô xay nhuyễn, xi-rô cây thích, vani, gia vị và một chút muối vào tô của máy xay thực phẩm hoặc máy xay sinh tố và xay cho đến khi mịn và như kem. Chuyển sang tô, đậy nắp và để lạnh trong tủ lạnh ít nhất 4 giờ.

b) Để phục vụ, hãy chia granola vào các bát tráng miệng. Phủ hỗn hợp bí ngô lên trên, một ít sữa chua Hy Lạp, hạt bí ngô, quả hồ đào, hạt lựu và ngòi cacao.

c) Thêm farro, 1¼ cốc nước và một chút muối vào nồi vừa. Đun sôi, sau đó giảm nhiệt xuống thấp, đậy nắp và đun nhỏ lửa cho đến khi món farro mềm và nhai nhẹ, khoảng 30 phút.

d) Cho đường, 3 thìa nước còn lại, đậu vani, hạt và gừng vào nồi nhỏ trên lửa vừa cao. Đun sôi, khuấy đều cho đến khi đường tan. Tắt bếp và ngâm trong 20 phút. Trong khi đó, chuẩn bị trái cây.

e) Cắt bỏ phần đầu của quả bưởi. Đặt trên bề mặt làm việc bằng phẳng, cắt mặt xuống. Dùng dao sắc cắt bỏ phần vỏ và phần cùi trắng theo đường cong của quả từ trên xuống dưới. Cắt giữa các màng để loại bỏ các phần của quả. Lặp lại quá trình tương tự để gọt vỏ và phân đoạn quả cam máu.

f) Loại bỏ gừng và đậu vani khỏi xi-rô. Để phục vụ, chia farro cho các bát. Xếp trái cây xung quanh mặt trên của bát, rắc hạt lựu, sau đó rưới xi-rô gừng-vani.

PHẦN KẾT LUẬN

Khi chúng ta đi đến cuối hành trình đầy sữa chua này, chúng tôi hy vọng rằng các công thức và kiến thức được chia sẻ trong cuốn sách nấu ăn này sẽ truyền cảm hứng cho bạn để tận dụng sự kỳ diệu của sữa chua Hy Lạp trong chính căn bếp của mình. Khả năng của sữa chua Hy Lạp là vô tận và chúng tôi khuyến khích bạn tiếp tục thử nghiệm và khám phá những cách kết hợp hương vị mới.

Cho dù bạn đang khuấy sữa chua Hy Lạp thành nước sốt mì ống kem, dùng nó thay thế cho kem chua trong các công thức nấu ăn yêu thích của bạn hay trộn nó thành một món sinh tố giải khát, hãy nhớ rằng sữa chua Hy Lạp mang lại cả vị béo ngậy và dinh dưỡng cho mọi món ăn.

Chúng tôi hy vọng rằng "Cuộc phiêu lưu sữa chua: Khám phá sự thú vị của sữa chua Hy Lạp" đã khơi dậy trí tưởng tượng của bạn và tiếp thêm sức mạnh cho bạn để truyền vào bữa ăn của mình sự tốt lành của sữa chua Hy Lạp. Cho dù bạn là một đầu bếp dày dặn kinh nghiệm hay một người đam mê sữa chua, mong rằng cuốn sách nấu ăn này sẽ là nguồn cảm hứng và niềm vui khi bạn dấn thân vào vô số cuộc phiêu lưu thú vị.

Vì vậy, hãy thu thập nguyên liệu của bạn, thưởng thức vị béo ngậy của sữa chua Hy Lạp và để vị giác của bạn bắt đầu cuộc phiêu lưu hương vị thú vị. Với mỗi món ăn bạn tạo ra, hãy tận hưởng niềm vui khám phá những khả năng ẩm thực mới và nuôi dưỡng cơ thể bằng những món ăn ngon, bổ dưỡng. Nấu ăn vui vẻ!

www.ingramcontent.com/pod-product-compliance
Lightning Source LLC
Chambersburg PA
CBHW072148060526
44654CB00046B/1210